பச்சைக்கிளி

(நாடகங்கள்)

மா. கமலவேலன்

நியூ செஞ்சுரி புக் ஹவுஸ் (பி) லிட்.,
41- பி, சிட்கோ இண்டஸ்டிரியல் எஸ்டேட்,
அம்பத்தூர், சென்னை- 600 050.
☎: 044 - 26251968, 26258410, 48601884

Language: Tamil
Pachaikkili
(Nadagangal)
Author : **M. Kamalavelan**
First Edition: December, 2023
Copyright: Author
No. of pages: 94
Publisher:
New Century Book House Pvt. Ltd.,
41-B, SIDCO Industrial Estate,
Ambattur, Chennai - 600 050.
Tamilnadu State, India.
email : info@ncbh.in
Online:www.ncbhpublisher.in

ISBN: 978 - 81 - 2344 - 567 - 0
Code No. A 4943
₹ 120/-

Branches

Ambattur 044 - 26359906 **Spenzer Plaza (Chennai)** 044-28490027
Trichy 0431-2700885 **Pudukkottai** 04322- 227773 **Thanjavur** 04362-231371
Tirunelveli 0462-4210990, 2323990 **Madurai** 0452 2344106, 4374106
Dindigul 0451-2432172 **Coimbatore** 0422-2380554 **Erode** 0424-2256667
Salem 0427-2450817 **Hosur** 04344-245726 **Krishnagiri** 04343-234387
Ooty 0423 2441743 **Vellore** 0416-2234495 **Villupuram** 04146-227800
Pondicherry 0413-2280101 **Nagercoil** 04652-234990

பச்சைக்கிளி
(நாடகங்கள்)
ஆசிரியர்: மா. கமலவேலன்
முதல் பதிப்பு: டிசம்பர், 2023

அச்சிட்டோர்: **பாவை பிரிண்டர்ஸ் (பி) லிட்.,**
16 (142), ஜானி ஜான் கான் சாலை, இராயப்பேட்டை, சென்னை - 14
☎: 044-28482441

All rights reserved. No part of this book may be reprinted or reproduced or utilised in any form or by any electronic, mechanical, or other means, now known or hereafter invented, including photocopying and recording, or in any information storage or retrieval system, without permission in writing from the publishers.

முன்னுரை

இந்தியத் திருநாட்டின் இலக்கியச் செல்வங்களை, செழுமைகளை நாடெங்கிலும் ஒலிவடிவில் பறைசாற்றி வருபவை அகில இந்திய வானொலி நிலையங்கள் ஆகும். குடும்பம், சமுதாயம், அறிவியல், அரசியல் என அனைத்துத் துறைகளிலும் வானொலி நிகழ்ச்சிகள் நாள்தோறும் இடம்பெற்று வருகின்றன. தமிழகத்தில் மட்டும் பதினோரு இடங்களில் வானொலி நிலையங்கள் இயங்கி வருகின்றன.

வானொலி நாடகங்கள் தனித்த இலக்கிய வகைமை என்றே கூறலாம். 'குரல்கள்' மூலம் உணர்ச்சிகளையும், உடல் மொழியையும் ஒருங்கே வெளிப்படுத்த வேண்டும். காற்றில் கலந்து ஒலிக்கும் நிகழ்ச்சிகள் அவை.

வானொலி களஞ்சியத் திட்டத்தின்கீழ் அகில இந்திய வானொலி நிலையம் மதுரையிலிருந்து ஒலிபரப்பான மூன்று நாடகங்கள் இங்கே 'எழுத்து வடிவில் தரப் பெற்றுள்ளன. எழுத்துலகில் சாதனை படைத்திட்ட மூன்று புகழ்பெற்ற எழுத்தாளர்களின் சிறுகதைகளே இங்கு நாடகமாக ஆக்கம் பெற்றுள்ளன.

குறிப்பிட்ட அந்தப் படைப்புகள் யாவுமே நாட்டுடைமை ஆக்கப்பட்டவையாகும்.

நல்ல படைப்புகள் மொழி மாற்றம் செய்யப்படுவது போலவே, நாடகமாகவும், திரைப்படமாகவும் மாற்றம் செய்யப்படுகின்றன என்பதை நாம் சிந்தையில் கொள்ள வேண்டும்.

அந்த வகையில்தான்-

நாரண. துரைக்கண்ணனின், 'ஜெகதீசனின் தியாகம்', சரோஜா ராமமூர்த்தியின், 'சிதைந்த காதல்' தி.ஜ. ரங்கநாதனின், 'பச்சைக்கிளி' (நொண்டிக்கிளி) இங்கே நாடகமாகப் படைக்கப்பட்டுள்ளன.

அகில இந்திய வானொலி நிலையம் மதுரைக்காக இந்த நாடகங் களைத் தயாரித்து வழங்கியவர் நிலையத்தின் முதுநிலை அறிவிப்பாளர் திரு. பூர்ணகுமார், (எஸ். ஞானசம்பந்தன்) ஆவார். நாடகத் தயாரிப்பில்

நீண்டகால அனுபவம் பெற்றவர் அவர். அவருக்கு என் கனிவான நன்றி. எனக்கு இந்த வாய்ப்பினை வழங்கிய நிலைய இயக்குநர் திரு. அசோக் அவர்களுக்கு என் அன்பு நன்றி.

நல்ல நூல்களை நாளும் வெளியிட்டு சாதனை படைத்து வரும் நியூ செஞ்சுரி புத்தக நிறுவனம் மிகக் குறுகிய காலத்தில் நூலை அச்சிட்டு வெளியிட்டுள்ளது. நிறுவனத்தார்க்கு என் நன்றி கலந்த பாராட்டுதல்கள். குறிப்பாக பதிப்புத்துறை பொது மேலாளர் சண்முகம் சரவணன் அவர்களுக்கு மிகுந்த நன்றி.

"பச்சைக்கிளி" நாடகத் தொகுப்புப் படிப்பதற்கும், நடிப்பதற்கும் ஏற்றதாகும்!

திண்டுக்கல், அன்புடன்,
மா. கமலவேலன்

பொருளடக்கம்

1.	ஜெகதீசனின் தியாகம்	– நாரண. துரைக்கண்ணன்	9
2.	சிதைந்த காதல்	– சரோஜா ராமமூர்த்தி	33
3.	பச்சைக்கிளி	– தி.ஜ. ரங்கநாதன் (தி.ஜ.ர)	67

ஜெகதீசனின் தியாகம்

– நாரண. துரைக்கண்ணன்

ஜீவா என்னும் பெயர் கொண்ட நாரண. துரைக்கண்ணன் (1906 - 1996) எளிமையான குடும்பத்தில் பிறந்தவர்.

அச்சுக் கோப்பாளராக வாழ்க்கையைத் தொடங்கியவர்.

சிறுகதை, நாவல், கவிதை, நாடகம், கட்டுரை, மொழிபெயர்ப்பு முதலிய பல இலக்கிய வடிவங்களில் எழுதிப் புகழ் பெற்றவர்.

பிரசண்ட விகடன், ஆனந்த போதினி ஆகிய இதழ்களில் ஆசிரியராகப் பணிபுரிந்து எழுத்தாளர்கள் பலரை உருவாக்கிய எழுத்து வேந்தர்.

நாரண. துரைக்கண்ணன் அவர்கள் எழுதிய நாவல்களுள் மிகவும் புகழ்பெற்றது "உயிரோவியம்" ஆகும். 1942களில் வெளியான அந்த நாவல் அந்நாளில் 60,000 படிகள் விற்கப்பட்டு, விற்பனையில் சாதனை படைத்த நூலாகும்.

சமூகச் சீர்திருத்தக் கருத்துக்களை தமது எழுத்துக்கள் மூலம் எடுத்துச் சொன்னவர்.

"ஜெகதீசனின் தியாகம்" என்ற தலைப்பில் அவர் எழுதிய சிறுகதை இங்கு நாடக வடிவம் பெறுகிறது.

1. ஜெகதீசனின் தியாகம்
காட்சி – 1

இடம்	:	அலுவலகம்
காலம்	:	மாலை நேரம்
பாத்திரங்கள்	:	பரமேஸ்வர ஐயர், சாரநாதன்...

சாரநாதன் : என்ன... அண்ணா... மணி ஆறாகப் போறது... வேலை பார்த்தது போதும்... கிளம்பலாம்...

பரமேஸ்வர ஐயர் : சாரநாதா... இந்தக் கூட்டுப்புள்ளியை முடிச்சுட்டு வந்துடறேன்... நேத்தே... முதலாளி இன்னும் முடிக்கலையான்னு... முகத்தை சுளிச்சுக்கிட்டார்...

சாரநாதன் : அண்ணா இப்படி வெறும் கூட்டுப்புள்ளி யையே பார்த்துக்கிட்டு இருந்தால்... நம்ம என்னிக்குப் பெரும்புள்ளியாறது!

பரமேஸ்வர ஐயர் : சாரநாதா... இந்த உலகத்துல... நமக்குன்னு என்ன லபிச்சிருக்கோ... அதுதான்... கிடைக்கும்... உமக்கு ஒரு பழமொழி தெரியுமோ? விளக்கெண்ணெயை தடவிக்கிட்டு வீதியில புரண்டாலும் ஒட்டுற மண்ணுதான் ஒட்டும்ன்னு சொல்லுவா!

சாரநாதன் : வாஸ்தவம்தான்... புறப்படலாமா? தீபாவளி வேற வருது... ஆத்துக்காரி... பெரிய லிஸ்ட்டே... கொடுத்திருக்கா... எதை வாங்கறது? எதை விடறதுன்னு ஒண்ணுமே தெரியலே அண்ணா... நீங்க தீபாவளிக்குத் தயாராயிட்டேள்...

பரமேஸ்வர ஐயர் : நம்பளமாதிரி... ஒருத்தரண்ட... கைநீட்டி சம்பளம் வாங்கறவாளுக்கு... தீபாவளியெல்லாம்

ஒரு தெண்டச் செலவுதான்! காசு இருக்கற வாளுக்கு என்னிக்கும் தீபாவளி. இல்லாத வனுக்குத் தீபாவளி வெறும் வாளிதான்!

சாரநாதன் : உங்க பொண்ணுக்கு இது தலை தீபாவளி யாச்சே... செலவுதான் உங்களுக்கு... எப்படி சமாளிக்கப் போறேள்...

பரமேஸ்வர ஐயர் : தீபாவளியே அதிகப்படி... இதுல இந்தத் தலை தீபாவளி... அப்படிங்கற சம்பிரதாயத்தை யெல்லாம் மாத்தணும்...

சாரநாதன் : வழி... வழி... வர்ற சம்பிரதாயம்... அதெல்லாம் மாத்தப்படாது அண்ணா. பெரியவாள்லாம் அந்தக் காலத்துல எதையும் ஒரு காரணத்தோட தான்... ஏற்படுத்தியிருப்பா...

பரமேஸ்வர ஐயர் : உமக்கென்ன... பேசிடுவீர்... பொம்பளைப் பிள்ளை கிடையாது... என்னைப்போல பொண்ணைப் பெத்தவா பாடு... மத்துல அகப்பட்ட தயிர் மாதிரிதான்! கடைஞ்சு எடுத்துடுவா...

சாரநாதன் : அண்ணா... சின்னஞ்சிறுசுகளோட சந்தோஷம் தான் பெரிசு... அதை தீபாவளி அவங்களுக்குக் கொடுக்குது... என்ன நம்பளை மாதிரி பெரிய வங்களுக்குப் பொருளாதாரக் கஷ்டம்தான்... குடும்ப சந்தோஷத்துக்காக... நாம சில தியாகங் களை செய்துதான் ஆகணும்...

பரமேஸ்வர ஐயர் : எல்லாமே பேசறதுக்கு நல்லாயிருக்கும்...

சாரநாதன் : சரி பேசலே... நாழியாறது... எடுத்து வைச்சுட்டு வாங்கோ போகலாம்...

பரமேஸ்வர ஐயர் : ஆத்துக்குப் போகணும்ங்கறதை நினைச்சாலே... பகீர்ன்னு... இருக்குது... தீபாவளிப் பட்டாசா... வெடிச்சுத்தீர்த்திடுவா... ஆத்துக்காரி...

சாரநாதன் : [சிரித்துக்கொண்டே] பட்டாசுக்குத் தடை போட்டுடலாம்... ஆனா... தீபாவளிக்குத் தடை போட முடியாது... ஆக வேண்டியதைப் பார்ப்போம்... புறப்படுங்கோ... அண்ணா...

காட்சி – 2

இடம் : பரமேஸ்வர ஐயர் வீடு

காலம் : மாலை நேரம்

பாத்திரங்கள் : பரமேஸ்வர ஐயர், பார்வதி... சரஸ்வதி...

பார்வதி அம்மாள் : *'ஏன்னா, உங்களைத்தானே! இன்னைக்காச்சும் மாப்பிள்ளைக்கு லெட்டர் போட்டேளா, இல்லையா...?''*

பரமேஸ்வர ஐயர் : *ஏன்டி, காலையிலேருந்து சாயங்காலம் வரை மனுஷன் மாடாட்டம் உழைச்சுட்டு வாராானேன்னு... கொஞ்சமாவது உனக்குக் கவலையிருக்குதா... நான் உள்ளே நுழைஞ்ச வுடனேயே உன்னோட பஞ்சாங்கத்தை ஆரம்பிச்சுட்டே... மனுஷன். சட்டையைக் கூட கழற்றி 'ஸ்டாண்டுல' மாட்டலே... அத்துக் குள்ளே... நீ மழைக்கால தவளை மாதிரி... கத்த ஆரம்பிச்சுட்டே!*

பார்வதி அம்மாள் : *ஆமான்னா... நான் தவளை தான். மழைக்காலத் தவளை இல்லே... கிணத்துத் தவளை... லோகம் தெரியாத கிணத்துத் தவளை... நீங்க பேசறதைப் பார்த்தா... இன்னிக்குக் கூட லெட்டர் எழுதிப் போடலேன்னு தெரியறது? தீபாவளி வர்றதுக்கு இன்னும் ஒண்ணரை வாரங்கூட இல்லை... எப்போதான் மாப்பிள்ளைக்கு லெட்டர் போட்டு வரவழைக்கப் போறேளோன்னு நேக்குத் தெரியலையே?'' இந்த மனுஷனுக்கு என்னிக்குத்தான் பொறுப்பு வரப் போறதோ தெரியலேயே... ஈஸ்வரா!...*

பரமேஸ்வர ஐயர் : *[உள்ளே] சரசு! ஸ்நானத்துக்கு வெந்நீர் போட்டு வையம்மா!*

பார்வதி அம்மாள் : ஏன்னா... நான் கேட்டதுக்கு பதிலையே காணும்...?

பரமேஸ்வர ஐயர் : [கோபமும் எரிச்சலுமாக] என்னடி எப்ப பார்த்தாலும் தீபாவளி, தீபாவளின்னு ஜபம் பண்ணின்டே திரியறே! தீபாவளி வந்தா என்னடி, அது பாட்டுக்கு வந்துட்டுப் போறது! அதுக்காக மனுஷன் உசிரை விடுவாளோ! தீபாவளியாம் தீபாவளி! நம்ப பாடே தான் தினம் தினம் தீபாவளியா... இருக்கே! இந்த லட்சணத்தில் மாப்பிள்ளையை வேறு வரவழைச்சுக் காட்டணுமோ?... 'சௌகர்யம் எப்படியிருக்குன்னு பார்த்துட்டு மாப்பிள்ளைக்கு எழுதி வரவழைக்கலாமின்னா, இதுக்குள்ளே என்னமோ பட்டணமே கொள்ளை போயிட்ட மாதிரி குதிக்கிறியே!"

பார்வதி அம்மாள் : அடப்பாவி மனுஷா! நோக்கு ஏன்னா, வர வர இப்படி புத்தி கெட்டுப் போச்சு!

பரமேஸ்வர ஐயர் : [சலிப்புடன்] உன்னைப் போல கிருஹ தர்மிணியோட வாழ்ந்தா,... பைத்தியம் பிடிக்காம என்ன செய்யும்?! மனுஷன் ஆபீஸிலேருந்து அலுத்து வரானே! அவனை ஆஸ்வாசப்படுத்துவம். ஸ்நானம், போஜனம் எல்லாம் முடிந்தாவுட்டு, விஷயத்தைக் கேட்பம் என்றில்லாமே, ஆத்திலே அடி எடுத்து வைத்ததும் வைக்காததும்மா இருக்கச்சேயே,

"ஏன்னா மாப்பிள்ளைக்கு லெட்டர் போட்டேளா" என்று கேட்கிறாயே! உன்னை என்னா எண்பது? உன்னை நொந்து கிட்டு ஒன்னும் பிரயோசனமில்லே! எனக்கின்னு உன்னைப் படைச்சி முடிபோட்டு காலம் முழுதும் திண்டாட வைத்து வேடிக்கை பார்க் கிறானே, அந்தக் கடவுளை நொந்துக்கணும்..."

பார்வதி அம்மாள் : ஏன்னா சும்மா நீட்டறேள்? நான் என்ன கேட்டுட்டேன்னுட்டு அலுத்துக்கிறேள்! நீங்க உள்ளே வந்து சட்டை கோட்டெல்லாம் கழட்டி வைச்ச பிற்பாடுதானே, மாப்பிள்ளைக்கு லெட்டர் போட்டேளான்னு கேட்டேன்.

நீங்க ஸ்நானம் பண்ணிவிட்டு, காபி டீபியெல்லாம் கொண்டாந்து கொடுத்துட்டு நான் இதைக் கேட்டிருக்கணும்... அவசரப் பட்டது என் தப்புதான்... என்னோட அங்கலாய்ப்புக்கெல்லாம் காரணம் இதுதான். நமக்கு இருப்பதோ ஒரே பெண். அதற்குத் தலை தீபாவளின்னா வரப்போறது! அதனாலே என்ன கஷ்டப்பட்டாயினும் அதைச் சம்பிரதாயமாக செய்துடணும்; அப்புறம் வேறு யாருக்குச் செய்யப் போறோம்...?

பரமேஸ்வர ஐயர் : *புரிஞ்சுண்டா சரி... அப்புறம் ஏன் லெட்டர் போட்டேளான்னு பிள்ளைப்பூச்சி மாதிரி துளைச்சு எடுக்கறே?*

பார்வதி அம்மாள் : *மாப்பிள்ளைக்கு லெட்டர் போட்டேளா என்று நச்சரிப்பது எதுக்காவன்னா... ஏதோ நீங்க கேட்ட இடத்திலே பணம் பெயரல் லேன்னியளே! வேறு எங்காச்சும் ஏற்பாடு பண்ணியிருக்கிறேளா? இல்லையா? என்று தெரிந்து கொள்ளத்தான். ஏன்னா நாளோ நெருங்கிப் போச்சு... நாம் கையைக் கட்டிண்டு சும்மாயிருக்கப்படாது, பாருங்கோ. அதையும் ஞாபகப்படுத்தணுமின்னு என் எண்ணம். மாப்பிள்ளைக்கு லெட்டர் போட்றதுன்னா, இதெல்லாம் ஒரு ஏற்பாடு பண்ணாம நீங்க போட மாட்டேள்ன்னு நேக்குத் தெரியும். இவ்வளவு காலம் உங்களோட வாழ்ந்து உங்க சுபாவம் தெரியாமப் போனா அப்புறம் என்ன இருக்கு?*

பரமேஸ்வர ஐயர் : *[கிண்டலாக] அடடா! உன் புத்தி சாதுர்யத்தை என்னன்னு புகழறது. உன்னை ஆம் படையாளா அடைந்தேனே, என் பாக்கியமே பாக்கியம்...*

பார்வதி அம்மாள் : *கிண்டல்பன்றேள்... உம்...*

பரமேஸ்வர ஐயர் : *[உள்ளே திரும்பி] சரசு... வெந்நீர் ரெடியா யிடுத்தாம்மா!*

பார்வதி அம்மாள் : ஏன்னா பணம் ஏதாச்சும் பெயர்ந்ததா? இல்லையா? கேட்ட இடத்திலே பணம் கிடைக்கலைன்னு கடைசி வரை கையைக் கட்டிண்டு சும்மாயிருந்துட்டா, அப்புறம் காரியம் நடக்கிற வழி எப்படி?

சம்பந்தி ஆத்துக்காரா நம்மைப் பத்தி ஏளனமா நினைக்கும்படி வச்சுடாதீங்க... பின்னாலே நம்ம பொண்ணு போய் அவா ஆத்துலே வாழணும்; பாருங்கோ! அவகண்ணைப் பிசையும் படியா நாம் வச்சுடப்படாது...

பரமேஸ்வர ஐயர் : [கோபமாக] பாரு... நீ இப்படியெல்லாம் அசட்டுப் பிசுட்டுன்னு உளறாதே. நான் என்னமோ சும்மா இருக்கறாப் போல, நீ நேக்கு உபதேசம் செய்ய வந்துட்டியே! சரசுவின் தலை தீபாவளி விஷயத்திலே நோக்கு தான் சிரத்தை அதிகமின்னு உன் நினைப்பு போலிருக்கு... இந்த ஒரு மாசமா... மனுஷன் பணத்துக்குக் கிடந்து திண்டாடற திண்டாட்டம் கடவுளுக்கு அல்லவா தெரியும்...

கேட்காதவளையெல்லாம் லஜ்ஜை விட்டுக் கேட்டாச்சு! ஒருத்தர் பாக்கியில்லை. எல்லாரும் கையை விரிச்சுட்டா! வாங்கின கடனைத் திருப்பிக் கொடுத்தாத்தானே, கடன் கொடுக்கறவாளும் கொடுப்பா. இதுவரையிலே வாங்கின கடனைத் திரும்பிக் கொடுக்க வகையில்லை. மேலும் மேலும் பணம் கேட்டுக்கிட்டேயிருந்தா... கொடுப்பாளோ?

பார்க்கிறவனுக்கெல்லாம் நமஸ்காரம் பண்ணி பல்லை இளிச்சு... கூனிக்குறுகி நின்னாச்சு... பணம்தான் பெயரமாட்டேன்ங்குது...

பார்வதி அம்மாள் : வெளியிலேதான் பணம் பெயரலையே! உங்க ஆபீஸ் முதலாளியைக் கேட்கறதுக்கு கென்னா? இந்த சமயத்திலேகூட அவன் உதவி செய்யலைன்னா... அப்புறம் நீங்க அவன் ஆபீஸிலே இத்தனை வருஷமா உத்தியோகம் பண்ணித்தான் என்ன பிரயோஜனம்?

பரமேஸ்வர ஐயர் : அந்த வயிற்றெரிச்சலை வேறே கிளப்பிட்டியா? சரிதான்... இந்த இருபது வருஷமா... நான் உத்தியோகம் பண்ணற ஆபீஸ் லட்சணத்தைத் தெரிஞ்சிருந்தும்,

"உங்க முதலாளியைக் கேட்றதுக்கு என்னா? என்கிறாயே!" முன்னேயே சரசு கலியாணத்துக்குக் கேட்டு மூக்கறந்து போச்சு. இது வரையில் ஏதோ சம்பளமென்கிற பிச்சைக்காசைத்தவிர, ஒரு போனஸா? பிராவிடண்ட் ஃபன்டா? என்று ஒண்ணும் கிடையாது...

இந்த நெருக்கடியான காலத்திலே, அரிசி, பருப்பு துணிமணி யெல்லாம் ஒத்தைக்கு இரட்டையா மூணு மடங்கா விலையேறிடுத்துன்னு சொல்லி, சாதாரண சின்ன ஆபீசிலே, கிட்டங்கிக் கடையில கூட, வார் அலவன்ஸ், டியர்னஸ் அலவன்ஸ் என்று என்னென்னல்லாமோ சம்பளத்தோடு போட்டுத்தரா!

இந்த அத்துவானத்திலே ஒன்னுங்கிடையாது. நாங்களும் தான் யுத்தம் ஆரம்பிச்ச நாலு வருஷமாக் கேட்டுக்கிட்டு வரோம்; ஒண்ணு சம்பளத்தையாச்சும் உயர்த்துங்கோ; இல்லாட்டி வார் அலவன்ஸ், டியர்னஸ் அலவன்ஸாயினும் கொடுங்கன்னு... மனுஷன் அசைந்து கொடுக்க மாட்டேங்கறான். மிஞ்சிக் கேட்டா இந்த ஆபீஸ் நடத்திடறதனாலே அவனுக்குக் கொஞ்சம்கூட லாபமே இல்லையாம்...

சரஸ்வதி : அப்பா போட்டு வைச்ச வெந்நீர் ஆர்றது...

பரமேஸ்வர ஐயர் : முன்னே சம்பாதிச்சதையெல்லாம் இப்போ எடுத்துப் போடறானாம். ஆபிஸை மூடிட்டா, பாவம் நாங்கெல்லாம் எப்படிப் பிழைப்போம் என்ற பரிதாபத்தாலேதான், அவன் விடாதே நடத்தறானாம். இப்படி சொல்கிற ஆசாமி யண்டை போய் எங்க பொண்ணுக்குத் தலை தீபாவளி, முன்பணம் கொஞ்சம் வேணும் என்று கேட்டா... கொடுப்பானா? செல்லாக் காசுக்கு ஒருத்தரை நம்பமாட்டானே! வேறு வழியில்லேன்னு நான் அவனண்டே உத்தியோகம் பாத்துண்டு வர்றேன்..."

பார்வதி : அவனும் அவன் ஆபிஸூம் நாசமாப் போக!

பரமேஸ்வர ஐயர் : என்னடி பேசறே? அவன் ஆபீஸ் நாசமாப் போயிட்டா நாம எங்கேடி போறது.?!

பார்வதி : கத்திரிக்காய்ன்னா பத்தியம் முறிஞ்சி போயிடாது! ஏன்னா நீங்க இப்போ சொன்னதெல்லாம் நேக்குத் தெரியாதுன்னா நினைச்சுண்டேள்; எல்லாம் தெரியும்... சரசு கலியாணத்துக்கு வாங்கின கடனே இன்னும்

தீராம இருக்கு. முன்னே நாம் கையில் மிச்சப் படுத்தி வச்சிருந்ததோடு, கடன் உடன் வாங்கி எப்படி கலியாணத்தை நடத்தி முடிச்சமோ, அதுபோல இந்தத் தலை தீபாவளி சடங்கையும் எப்படியாணும் மாப்பிள்ளை வீட்டார் மனங்கோணாமே நடத்தி முடிச்சிடணும் என்று பார்க்கிறேன். அதனால் தான் உங்களை நச்சரிக்கிறேன்.

சரசுக்கு இப்போ கஷ்டப்பட்டு எப்படியாச்சும் கடன் வாங்கித் தீபாவளி சீர் செனத்தியெல்லாம் சரியா செய்து பேர் வாங்கிட்டோமானா... பின்னாலே நாணுவுக்குப் பெண் கொடுக்க வர்றவாளிடம் ரொம்ப வரதட்சிணை வாங்கி இந்தக் கடனையெல்லாம் ஈடு செய்து விடலாம். என்ன சொல்றேள்?

பரமேஸ்வர ஐயர் : [வாய் விட்டுச் சிரித்தல்... நினைத்து நினைத்து சிரித்தல்.]

பார்வதி : ஏன்னா... ஏன்? நான் என்ன சொல்லிட்டேன்னு இப்படி விழுந்து... விழுந்து சிரிக்கிறேள்!

பரமேஸ்வர ஐயர் : அடி பைத்தியக்காரி... நாணுவுக்கு இன்னும் எட்டு வயசுகூடச் சரியாப் பூர்த்தியாகலே. அவனுக்கு எப்போ கலியாணம் ஆகிறது? அவனுக்கு வர்ற வரதட்சணையை நம்ம கடனுக்கு ஈடு செய்யறது?! அதெல்லாம் இப்போதைக்கு நடக்கற காரியமா? மேலும் நாணுவை நாம் எவ்வளவு தூரம் படிக்க வைச்சுடப் போறோம்...

நாம் இருக்கிற ஸ்திதியிலே அவன் எஸ்.எஸ்.எல்.சியை எட்டிப் பார்க்கறதே மகாகஷ்டம். பி.ஏ., எம்.ஏ., பட்டம் பெற்ற பையன்கூட கலியாண மார்க்கெட்டில் அதிகமா... செலவாணியாக மாட்டேன்றான்.

இப்போ எல்லாம் மேற்படிப் பட்டங்களோடு ஐ.ஸி.எஸ், பார்-அட்-லா, எம்.பி.பி.எஸ், எம்.டி., முதலிய விசேஷ பட்டங்களைப் பெற்றவாளுக்குத்தான் பெண்ணைப் பெற்றவாளிடையே 'மவுஸ்' இருக்கிறது. என்னமோ, சொற்ப வரதட்சிணையிலே, உனக்கு அட்வகேட் மாப்பிள்ளைக் கிடச்சிடவே, எல்லாம் அப்படியே அனுகூலமா நடந்துடும்ன்னு எதிர்பார்க்கிறப் போலயிருக்கு...

சரசு பண்ணின பூஜா பலத்தாலேதான் நல்ல குணவானனா... ஜெகதீசன் மாப்பிள்ளையாக நமக்குக் கிடைச்சான். ஆயிரம்

இரண்டாயிரம் என்று ஏலங் கூறிக் கொண்டிருந்த பெற்றோருக்கு அவன்தான் புத்தி சொல்லி ஐந்நூறு ரூபாய்க்கு ஒப்புக்கொள்ளச் சொன்னானாம். அவனுக்கு மட்டும் ஒரு செப்புக்காசு கூட வரதட்சிணையா வாங்கிண்டு கலியாணம் செய்து கொள்ளக்கூடாதுன்னு எண்ணம் இருந்ததாம். ஆனா, ஆயிரம் ஆயிரமா பணஞ் செலவு பண்ணி அவனை வளர்த்து ஆளாக்கிப் படிக்க வைச்சவா, அதற்கு இணங்குவாளா! இவ்வளவு தூரம் இறங்கி வந்ததே நம்ப அதிர்ஷ்டம்...

பார்வதி அம்மாள் : இப்பேர்ப்பட்ட மாப்பிள்ளைக்கு நாம் எப்படி தீபாவளி சீர்செனத்தியெல்லாம் சம்பிரமமா செய்யணும்? அதைச் சொன்னா நீங்க கஷ்டமின்னு தலையிலடிச்சுக்கிறேளே! நமக்குக் கஷ்டம் எப்பவும் தான் இருக்கும். அதுக்காக, செய்ய வேண்டியதைச் செய்யாம இருக்க முடியுமா? என்னதான் மாப்பிள்ளை தாராள நோக்குடையவராயிருந்தாலும், மற்றவாளுக்கிருக்கிற மாதிரியா ஆசை, பெருமை இருக்காதா என்ன? தலை தீபாவளிக்கு மாமனார் என்னசீர் செய்தார்ன்னு அவர் சிநேகிதர் கேட்டா, அவர் பெருமையாகச் சொல்லிக் கொள்ள வேண்டாமோ!

நீங்க அந்தக் காலத்திலே என்ன பெருமையடிச்சிண்டீர்கள்? இத்தனைக்கும் நீங்க என் அத்திம்பேர். நான் உங்க அம்மாஞ்சி பொண்ணு. பெரியவா உறவு போகப்படாதுன்னு நினைச்சு செய்ததோட அல்லாம, நாம ரெண்டு பேரும் விரும்பித்தான் கலியாணஞ் செய்துண்டோம். அப்படியெல்லாம் இருந்தும் கூட தீபாவளி சீர் செனத்தியெல்லாம் குறையப்படாதுன்னு எவ்வளவு தூரம் நீங்க பிகு பண்ணினேள்? அதையெல்லாம் நினைச்சுப் பார்க்க நேரமில்லே போலிருக்கு..."

பரமேஸ்வர ஐயர் : [மனத்துக்குள்] வாஸ்தவம்தான். அவள் சொல்றதும் நியாயம் தானே அவள் பேரில் எரிந்து விழறதில் என்ன லாபம்?

அந்த நாளில்... திருமணமான புதிதில்... நடந்தது... அது... அதை இப்போது நினைத்தாலும்...

[FLASH BACK]

காட்சி – 2A

இடம்	:	வீடு
காலம்	:	காலை நேரம்
பாத்திரங்கள்	:	வாஞ்சிநாத ஐயர், விசாலம், பார்வதி, பரமேஸ்வர ஐயர்.

வாஞ்சிநாத ஐயர் : விசாலம்... விசாலம்... உன்னண்டை ஒரு விஷயம்... பேசணும்...

விசாலம் : ஏன்னா... இவ்வளவு தயங்கறேள்...? சும்மா சொல்லுங்கோ...

வாஞ்சிநாத ஐயர் : எதிர்பாராத விதமா... நம்ம வியாபாரத்துல நஷ்டமாயிடுத்து... பணக்கஷ்டம்... மனக்கஷ்டம் எல்லாம் ஒண்ணு சேர்ந்துடுச்சு... இந்த நேரத்துல தீபாவளி வேற வந்துடுத்து... மாப்பிள்ளையையும் நம்ம பொண்ணையும் தீபாவளிக்கு அழைக்கணும்... எப்படி சமாளிக் கறதுன்னே தெரியலே...

விசாலம் : கவலையை விடுங்கோ... பகவான் பார்த்துப் பான்... அதோட மாப்பிள்ளை யாரு? உங்க தமக்கையார் பையன்தானே.

வாஞ்சிநாத ஐயர் : என்ன இருந்தாலும்... இப்போ அவன் நம்மாத்து மாப்பிள்ளை ஆச்சே...

விசாலம் : சரின்னா... இப்போ நம்மால முடிஞ்ச தீபாவளிசீர் செய்துடுவோம். அப்புறம்... நிலைமை சரியானத்துக்குப் பிறகு... மறுபடி இன்னும் நிறைய செய்வோம்.

வாஞ்சிநாத ஐயர் : அதுவும் சரிதான் விசாலம். அப்படியே செய்துடுவோம்... அப்புறம் ஒரு விஷயம்... நம்ப வியாபாரம் நஷ்டமானதைப் பற்றி இப்ப ஒண்ணும் சொல்ல வேண்டாம்... நம்ம பொண்ணு பார்வதி மனம் சஞ்சலப்படுவாள்...

விசாலம் : நான்... இதைப் பற்றியே பேசமாட்டேன்... நீங்க இன்னிக்கே தீபாவளிக்கு அவா ரெண்டு பேரையும் வரச் சொல்லி லெட்டர் போடுங்கோ...

வாஞ்சிநாத ஐயர் : அப்படியே செஞ்சுடுவோம் விசாலம்...

[இசை...]

பார்வதி : என்னங்க இது.., தீபாவளி முடிஞ்ச கையோடயே ஊருக்குக் கிளம்பறேள்... எங்க அப்பா, அம்மா... மனசு சங்கடப்படப் போறா...

பரமேஸ்வர ஐயர் : இல்லே... எனக்கு ஊர்ல சில முக்கியமான வேலையிருக்கு... முதலாளி வேற தேடுவார்.

பார்வதி : இன்னிக்கு ஒரு நாளாவது இருந்துட்டுப் போகலாமே...

பரமேஸ்வர ஐயர் : நீ... ஒரு நாள் இல்லே... ஒரு வாரம் கூட இருந்துட்டு வா... உன்னோட தோப்பனார் செய்த சீர் வரிசைக்கு... ஒருநாள் இருந்ததே ஜாஸ்தி...!

பார்வதி : என்ன இப்படிப் பேசறாள்...?

பரமேஸ்வர ஐயர் : பின்ன எப்படிப் பேசணுங்கறே? ஒரு சாதாரண கம்பெனியில... சாதாரண குமாஸ்தா வேலை பார்க்கறதனால... உன் தோப்பனார் இப்படி சீர் வரிசையெல்லாம் குறைச்சு செஞ்சிருக்கார்... நான் இப்பவே புறப்படறேன்...

[பின்னணி இசை...]

பரமேஸ்வர ஐயர் : [தனக்குள்] நம்ப ஊருக்குத் திரும்பியும் பத்துநாள் ஆச்சு... பார்வதிக்கிட்டேயிருந்து ஒரு தகவலும் இல்லே... சரி அவள்தான் அப்படின்னா... அவ... தோப்பனாரும் சிவனேன்னு இருந்துட்டாரே!

குரல் : சார்... போஸ்ட்...

பரமேஸ்வர ஐயர் : ரெண்டு தபால்... வந்திருக்குதே... ஒண்ணும் பார்வதி எழுதியிருக்காள். இன்னொண்ணு... மாமனார் எழுதியிருக்கார். முதல்ல பார்வதி கடுதாசியைப் படிப்போம்...

[கடிதம் படித்தல்]

தங்கள் அடியாள் தண்டனிட்டு எழுதிக் கொண்டது. தாங்கள் என்னிடம் கோபித்துக் கொண்டு போனது மனசுக்குக் கஷ்டத்தைக் கொடுக்குது. நாம ரெண்டு பேரும் சின்ன வயசுல... மாந்தோப்புல வெளையாடியதை மறந்துட்டேளா?

நீங்க என்மேல வைச்சிருக்கிற பிரியம், தீபாவளி சீர்வரிசையினால் குறைஞ்சுடாதுன்னும் எனக்குத் தெரியும்... கேவலம் பொய்க் கௌரவத்தைப் பெரிதாகக் கருதி வன்மம் சாதிப்பது சரியல்ல. இனியும் தாங்கள் பிடிவாதமாக இருந்தால், என்னை நீங்கள் உயிருடன் பார்க்க முடியாது.

இப்படிக்கு,
பார்வதி.

[கடிதத்தைப் படித்து முடித்தபிறகு]

ஐய்யய்யோ... பார்வதி ரொம்ப ரோஷக்காரியாச்சே! அவள் சொன்னால் சொன்னபடி செய்துடுவாளே... உடனே, இப்பவே அவளுக்கு ஒரு கடிதம் எழுதிப் போட்டுடணும்... அம்மானுக்கும் "சாந்திக்கு நாள் குறித்துக் கொண்டு எழுதுங்கள். நான் புறப்பட்டு வந்து விடுகிறேன்" என்றும் உடனே ஒரு கடிதம் எழுதிடணும்...

[பின்னணி இசை]

[காட்சி மாற்றம்]

பரமேஸ்வர ஐயர் : பார்வதி... என்னை மன்னிச்சுடு... உன் கடிதம் என் கண்களைத் திறந்துட்டுது... உடனே புறப்பட்டு உன்னைப் பார்க்க வந்துட்டேன்.

பார்வதி : இப்போதாச்சும் மனம் குளிர்ந்ததா? இனிமே நீங்க "தட்சிணாமூர்த்தி" கோலம் கொள்ள மாட்டேளே!...

பரமேஸ்வர ஐயர் : அன்னிக்கு ஏதோ ஆத்திரத்திலே பைத்தியக்காரத்தனமா நடந்துட்டேன் இப்படி வா... பக்கத்துல வந்து உட்காரு...

பார்வதி : ஊஹூ"ம்... நேக்கு வெட்கமாயிருக்கு...

பரமேஸ்வர ஐயர் : வெட்கமா...? ... இது... வெட்கப்படற நேரம் இல்லே...

[சிரித்தல்...]

FLASH BACK: நிறைவு:

[நினைவுலகிற்கு வருதல்...]

பரமேஸ்வர ஐயர் : [தனக்குத்தானே சிரித்தல்]

சரஸ்வதி : என்னப்பா தனக்குத் தானே சிரிக்கிறேள்.?

பரமேஸ்வர ஐயர் : [சமாளித்தல்] ஒன்றும் இல்லை அம்மா...! என்னமோ நினைப்பு வந்தது, சிரிச்சேன்...

சரஸ்வதி : அப்பா... வெந்நீர் ஆர்றது...?

பரமேஸ்வர ஐயர் : சரி... குளிக்கற வேலையைப் பார்ப்போம்...

காட்சி – 3

இடம்	:	தெரு
காலம்	:	மாலை நேரம்
பாத்திரங்கள்	:	நாராயணன், விசுவநாதன்

நாராயணன் : விசுவநாதா… நேரமாயிடுத்து… விளையாடினது போதும்… நான் வீட்டுக்குக் கிளம்பறேன்டா…

விசுவநாதன் : டேய்… நாராயணா… இன்னும் கொஞ்சநேரம் விளையாடிட்டுப் போகலாம்டா…

நாராயணன் : இருட்டிடுத்து… அம்மா தேடுவா…

விசுவநாதன் : கொஞ்ச நேரம் மதகடியில உட்கார்ந்து பேசிட்டாவது போகலாம்டா.

நாராயணன் : சரிடா… விசு… உனக்கு தீபாவளித் துணி யெல்லாம் எடுத்தாச்சா…

விசுவநாதன் : ஓ… போன வாரமே துணி எடுத்தாச்சு… சம்சுதீன் தையற்கடையில தைக்கவும் கொடுத்தாச்சு, ரெண்டு சட்டை, ரெண்டு டவுசர்டா… ஆமா… உங்கவீட்டுல தீபாவளிக்குத் துணி எடுத்தாச்சா?

நாராயணன் : [வருத்தத்துடன்] இன்னும் எடுக்கலைடா… ஆனா… இந்த வாரம் எடுத்துடலாம்னு அம்மா சொன்னாள்… இந்த வருஷம் எங்களுக்கு விசேஷமான தீபாவளி…

விசுவநாதன் : அப்படி என்னடா விசேஷமான தீபாவளி…?

நாராயணன் : எங்க அக்காவுக்குக் கல்யாணம் ஆனது உனக்குத் தெரியும் இல்லையா? அம்மாஞ்சி இந்த தீபாவளியை எங்க வீட்டுல வந்து கொண்டாடறாரு…

விசுவநாதன் : அப்போ, அம்மாஞ்சியும் உனக்கு டிரஸ், பலகாரம் எல்லாம் வாங்கிட்டு வருவார்ன்னு சொல்லு...

நாராயணன் : கண்டிப்பா... வாங்கிட்டு வருவார்...

விசுவநாதன் : எங்கவீட்டுல அதிரஸம் சுட்டாச்சு... அப்புறம் தேன்குழல் செய்துட்டாங்க... இன்னிக்குப் பூந்தி பண்ணப் போறாங்க... உங்கவீட்டுல என்னடா... பண்டம் செய்யப் போறாங்க...

நாராயணன் : இனிமேல் தான் எல்லாப் பண்டமும் செய்வாங்கடா?

விசுவநாதன் : தீபாவளிக்கு இன்னும் பத்து நாள் தானே யிருக்குது?

நாராயணன் : இல்லே பதிமூன்று நாள் இருக்குது... அப்பாவும் அம்மாவும் அதைப்பற்றித்தான் பேசிக்கிட்டு இருந்தாங்க... நான் நீ கூப்பிட்டதால... உன்னோட... விளையாட வந்துட்டேன்டா...

விசுவநாதன் : பட்டாசு வாங்கியாச்சா?

நாராயணன் : இன்னும் பண்டமே செய்யலே...! எனக்கு ரொம்பக் கவலையாயிருக்குதுடா...

விசுவநாதன் : கவலையை விடு. உங்க வீட்டுல பட்டாசு வாங்காவிட்டாலும் சரி, பண்டம் தயார் பண்ணலேன்னாலும் சரி... எங்க வீட்டுல இருந்து நான் கொண்டு வந்து தர்றேன்.

நாராயணன் : இருட்டிட்டுது... புறப்படுவோம்டா... நாளைக்கு ஸ்கூல்ல பார்ப்போம்டா...

விசுவநாதன் : சரிடா...

காட்சி – 4

இடம் : பரமேஸ்வர ஐயர் வீடு
காலம் : முன் இரவு நேரம்
கதாபாத்திரங்கள் : பரமேஸ்வர ஐயர், பார்வதி, நாராயணன், சரஸ்வதி.

பரமேஸ்வர ஐயர் : *பார்வதி... நாணா எங்கே போனான்? பொழுது இருட்டிடுத்து...*

பார்வதி : *விசு வீட்டுக்குப் போய் விளையாடிட்டு வர்ரேன்னு சொன்னான்... வந்துடுவான்...*

பரமேஸ்வர ஐயர் : *இன்னும் அவனுக்குப் பொறுப்பே வரலே... படிப்பிலே கவனம் போறாது... இப்படி இருந்தால் எங்க காலேஜ்ல படிச்சு... ஆபிஸரா ஆகறது?...*

பார்வதி : *செத்த முன்னாடி நீங்கதானே சொன்னேள். நாணாவுக்கு எட்டு வயதாறதுன்னு?! மறந்துட்டேளா? பெரியவனானப் புறம் நன்னாப் பொறுப்பாப் படிப்பான்...*

[வெளியிலிருந்து நாராயணன் வருதல்.]

நாராயணன் : *அம்மா, அப்பா!*

பரமேஸ்வர ஐயர் : *ஏன்டா... இப்படி அலறி அடிச்சுண்டு வர்றே...?*

பார்வதி : *நாணா... மெதுவா வாடா... ஏன் இப்படி வேகமா ஓடி வர்றே...?*

நாராயணன் : *[மூச்சிரைக்க] அம்மா, அப்பா! அம்மாஞ்சி வர்றார்; அம்மாஞ்சி வர்றார்!*

பரமேஸ்வர ஐயர் : *என்னடா உளர்றே?*

பார்வதி : *என்னது மாப்பிள்ளையா? எங்கே?...*

சரஸ்வதி : *[தனக்குள்] அவர் எப்படி சொல்லாமல் கொள்ளாமல் வருவாரு?......*

பரமேஸ்வர ஐயர் : என்னடா, விளையாடறே? மாப்பிள்ளை எங்கேடா வர்றார்? இப்பவாவது... அவர் வர்றதாவது! [சிரித்துவிட்டு மனைவியைப் பார்த்து] என்ன பாரு (பார்வதி) நாணு என்னமோ வேடிக்கை பண்றான்; அதைக் கேட்டு நிஜம் தானாக்கும் என்று நம்பி நீயும் அலறியடித்துக் கொண்டு வர்றயே! அவர் இப்ப எப்படி வருவார்... இவன் சொல்றதைக் கேட்டு நம் சரசுவும் உள்ளேயிருந்து ஜன்னல் வழியா எட்டிப் பார்க்கறாள்!

நம்ப இன்னும் கடிதாசியே எழுதிப் போடலே!

பார்வதி : அதானே... கடிதாசி போடச் சொல்லிதான் நான் உங்களண்டை சண்டை போட்டுண்டு நிக்கறேன்...

நாராயணன் : நான் விளையாடறேனா! நான் என்ன சொன்னாலும் அப்பாவுக்கு விளையாட்டா தான் இருக்கு? நான்தான் பார்த்தேன். அம்மாஞ்சி ரிக்ஷாலேருந்து இறங்கி ரிக்ஷாக்காரனுக்குக் கூலி கொடுத்துட்டுப் பெட்டியை எடுத்துக் கொண்டு வர்றாரு. இதுக்குள்ளே வந்து சொல்லலாம்ன்னு ஓடியாந்தா... நான் என்னமோ உளர்றேன் என்கிறேளே...

[ரிக்ஷாக்காரர் 'டக்' 'டக்' என்று மணியோசை எழுப்பிக் கொண்டு திரும்பி செல்லும் சத்தம்]

ஜெகதீசன் : இல்லை; எனக்கு இங்கே கொஞ்சம் வேலை இருக்கு. அதைக் கவனிக்க வந்தேன். அதோடு உங்களையும் பார்த்துட்டுப் போகலாமின்னு வந்தேன்...

பரமேஸ்வர ஐயர் : வாங்கோ... வாங்கோ... மாப்பிள்ளை! பையன் விளையாட்டா... சொல்றானில்லே பார்த்தேன்... அடி சரசு மாப்பிள்ளைக்கு ஜலம் வார்த்துக் கொடடி....!

சரஸ்வதி : இதோ... கொண்டு வர்ரேன்... ப்பா...

பரமேஸ்வர ஐயர் : பாரு... அந்த நாற்காலியை எடுத்து இப்படிப் போடு.' ஏலே அம்பி இந்தப் பெட்டியை எடுத்துண்டு போய் உள்ளே வை...

பார்வதி : மாப்பிள்ளை... இப்படி இந்த நாற்காலியில உட்காருங்கோ... எனக்குக் கையும் ஓடலே... காலும் ஓடலே...

பரமேஸ்வர ஐயர் : மாப்பிள்ளே... களைப்பா வந்திருப்பாரு... பாரு, சரசுவிடம் காப்பிக் கொடுத்தனுப்பு...

ஜெகதீசன் : அதெல்லாம் ஒன்றும் வேண்டாம் மாமா...

நாராயணன் : அக்கா... அம்மாஞ்சி உன்னைத் தேடறார்...

சரஸ்வதி : டேய்... சும்மாயிருக்கமாட்டே... அவர் அப்பா கிட்டே பேசிக்கிட்டு இருக்காரு... என்னை ஒண்ணும் தேடலே...

ஜெகதீசன் : மாமா... அடுத்த வாரம் தீபாவளி வருது...

பரமேஸ்வர ஐயர் : ஆமாம்... ஆமாம். மாப்பிள்ளை! இங்கு எல்லாம் ஏற்பாடு செய்துவிட்டு, நாளைக்குக் கடிதம் போடலாமென்று இருந்தேன். உங்களுக்கு என்னமாதிரி வேஷ்டி, அங்கவாஸ்திரம் பிடிக்குமோ என்று யோசனை பண்ணிக் கடிதத்தில் கேட்டு எழுதலாம் என்றிருந்தேன். நல்ல வேளையாக அதற்குள் நீங்களே வந்து விட்டீர்கள்...

ஜெகதீசன் : அதைப் பற்றி சொல்லத்தான் நான் அவசரமா வந்தேன் மாமா!

பரமேஸ்வர ஐயர் : [திடுக்கிட்டு] மாப்பிள்ளை முதல்ல கை கால் அலம்பிட்டுக் காப்பி சாப்பிடுங்கோ... மற்ற விவரங்களை அப்புறம் பேசலாம்... சரசு... மாப்பிள்ளைக்கு வேண்டியதை கவனி... கவனி.

[பின்னணி இசை]

காட்சி மாற்றம் – 4A

பார்வதி : *ஏன்னா... இப்போ என்ன செய்யப்போறேள்...? மாப்பிள்ளை இப்படி திடுதிப்புன்னு வந்து நிக்கறாரே... ஜவுளி இன்னிக்கே எடுத்துட முடியுமா?*

பரமேஸ்வர ஐயர் : *அதுதான்டி... நேக்கும் புரியலே... ராத்திரியா யிடுத்து... யாரண்டையும் போய் கடன் கேட்க முடியாது- அப்படியே தர்றதுக்கு சம்மதிச்சாலும்... விளக்கு வைச்சாச்சு... பணம் கார்த்தால... வாங்கிக் கோங்கன்னு. சொல்லுவா...*

பார்வதி : *எப்படியாவது... ஏதாவது செய்து... துணிமணி யாவது இப்போ எடுத்துடணும்...*

பரமேஸ்வர ஐயர் : *ஆமாம் பாரு... ஒருநாள் தங்கிட்டுப் போங்கோன்னு சொல்லுவோம்... பொழுது விடியட்டும்... ஏதாவது வெளிச்சம் கிடைக்கும்...*

பார்வதி : *அது சரியாகாது... மாப்பிள்ளை அவா ஆத்துக்குத் தெரியாமல்... வந்திருக்கார்... அவர் எப்படி தங்குவார்? தங்க சொல்றதும் முறையில்லேங்க... ஈஸ்வரா?... இது என்ன சோதனை?*

[வெளியிலிருந்து ஒருகுரல்]

சாரநாதன் : *அண்ணா... நமஸ்காரம்... உள்ளே வரலாமா?*

பரமேஸ்வர ஐயர் : *சாரநாதனா...! நமஸ்காரம்... தாராளமா வாங்கோ...*

பார்வதி : *வாங்கோ... நான் காப்பி எடுத்துண்டு வாரேன்...*

சாரநாதன் : *அண்ணா... தீபாவளி செலவு... சீர் வரிசைபத்தி... கம்பெனியில நீங்க... கவலையோட... சொல்லிண்டு இருந்தேள்... நேக்கு மனசு சங்கடமாப் போயிட்டுது.*

பரமேஸ்வர ஐயர் : மெதுவாப் பேசுங்கோ... மாப்பிள்ளை வந்திருக்கார்...

சாரநாதன் : ஓ! அப்படியா... அண்ணா கார்த்தால கம்பெனிக்குப் போறதுக்கு முன்னாடி... நாம ரெண்டுபேரும்... ஒரு இடத்துக்குப் போறோம்... அங்கே பணத்துக்கு ஏற்பாடு பண்ணியிருக்கிறேன். அதைச் சொல்லிட்டு போகத்தான் வந்தேன்... தீபாவளியை ஜமாய்ச்சுடலாம்... அப்போ நான் கிளம்பறேன்... என்னது காபியா?... நாளைக்கு சாப்பிடலாம்!

காட்சி மாற்றம் – 4B

ஜெகதீசன் : [மெல்லிய... குரலில்] சரசு... சரஸ்ஸ்ஸ்...

சரஸ்வதி : உம்ம்...

ஜெகதீசன் : பக்கத்துல... வாயேன்...

சரஸ்வதி : காப்பி கலந்து எடுத்துண்டு வாரேன்...

ஜெகதீசன் : காப்பிக்கு இப்ப என்ன அவசரம்...

சரஸ்வதி : உம்... கையை விடுங்கோ... அம்பி வந்துடுவான்...

ஜெகதீசன் : [சிரித்துக்கொண்டே] அம்பிகையில முழுசா... ரெண்டணா கொடுத்திருக்கிறேன்... இந்நேரம் அவன் மிட்டாய்க் கடையில நிற்பான்...

சரஸ்வதி : பலே... ஆள்தான் நீங்க...

ஜெகதீசன் : தீபாவளி வேலையெல்லாம் ஆயிண்டு இருக்கா-?

சரஸ்வதி : அடுத்த அறையில... அப்பா, அம்மாயிருக்கா... விடுங்கோண்ணா...

ஜெகதீசன் : நான் எவ்வளவு ஆசையா ஓடி வந்திருக்கிறேன்...

சரஸ்வதி : எனக்கும் தான் ஆசை... ஆனால்... இப்போ...

ஜெகதீசன் : நான் என்ன கேட்டேன்... கன்னத்துல ஒண்ணே ஒண்ணு... இஷ்டமில்லையா?...

சரஸ்வதி : [திடுக்கிட்டு] ஐய்யய்யோ... அப்படியெல்லாம் இல்லே...

ஜெகதீசன் : இப்போதான் நீ நல்ல பொண்ணு...

நாராயணன் : [வெளியிலிருந்து] அம்மாஞ்சி... மத்தாப்புப் பெட்டி வாங்கிட்டேன்... அப்புறம் ஒரு கடலை மிட்டாயும் வாங்கிட்டேன்...

சரஸ்வதி : [பதற்றத்துடன்] அம்பி வர்ரான்... கையை விடுங்கோ...

ஜெகதீசன் : [எரிச்சலுடன்] அம்பி... தும்பி... ஆமா... வெளியிலே... யாரோ... உன் தோப்பனாரோட பேசிண்டு இருக்கற மாதிரி தெரியுது...

சரஸ்வதி : அப்பா கம்பெனியில வேலைபார்க்கிறா... பேரு சாரநாதன்...

[பின்னணி இசை]

ஜெகதீசன் : மாமா... இப்போ ஒருத்தர் வந்துட்டுப் போறாரே... தீபாவளி... பணம் அப்படின்னு ஏதோ பேசறது காதிலே விழுந்தது... அதைப் பற்றி...

பரமேஸ்வர ஐயர் : [திடுக்கிட்டு] அதெல்லாம் ஒண்ணுமில்லே மாப்பிள்ளே... அவர் பேரு சாரநாதன்... என்னோட ஒண்ணா வேலை செய்யறார்... இந்தப்பக்கம் வந்தாராம்... அப்படியே நம்ம ஆத்துக்கும் வந்தார்... அப்புறம் மாப்பிள்ளை நீங்க ஒரு நாள் இருந்தேள்ன்னா... தீபாவளி துணிமணியெல்லாம் எடுத்துடலாம்...

ஜெகதீசன் : அப்படியெல்லாம் தங்கறதுக்கு முடியாது மாமா. நான் இன்னிக்கு ராத்திரியே ஊர் திரும்பணும்...

பரமேஸ்வர ஐயர் : சரி மாப்பிள்ளே... அப்படின்னா... நான் எல்லாம் தயார் பண்ணிட்டுக் கடிதாசி போடறேன் மாப்பிள்ளே.

ஜெகதீசன் : மாமா நீங்க எனக்கு வேஷ்டி, அங்கவஸ்திரம் எடுப்பது பற்றியோ சரசுவுக்கு கோடிப்புடவை கொடுப்பது பற்றியோ கொஞ்சமும் சிரமம் எடுத்துக் கொள்ள வேண்டாம்...

பார்வதி : அது நன்னாவாயிருக்கும். தலை தீபாவளி... நாளைக்கு ஊர் உறவுக்காரா எல்லாம் என்ன செய்தாங்க பொண்ணு ஆத்துலேன்னு, கேட்க மாட்டாளா?

ஜெகதீசன் : சீர் செனத்தி செய்வதைப் பற்றிக் கூட நீங்கள் கவலைப்பட வேண்டாம். தலை தீபாவளி யாச்சேன்னு நீங்க இந்தக் கஷ்டகாலத்திலே தொந்தரவு படக்கூடாது...

பரமேஸ்வர ஐயர் : எங்களுக்கு எந்தக் கஷ்டமும் இல்லே மாப்பிள்ளே. நீங்க இப்படி சொல்றதுதான் கஷ்டமாயிருக்குது...

ஜெகதீசன் : மாமா... நானே எனக்கு வேண்டிய துணிமணி களையும் சரசுவுக்குப் புடவை முதலியவை களையும் வாங்கிண்டு வந்திருக்கேன்...

ஆனால் நான் எடுத்து வந்தது சரசுவுக்குப் பிடிக்குமோ என்னமோ என்று தான் அஞ்சு கிறேன்.

சரசுவதி : உங்களுக்குப் பிடித்திருந்தால் அது எனக்கும் ரொம்பப் பிடிக்கும்!

பரமேஸ்வர ஐயர் : மாப்பிள்ளை... இதெல்லாம் நாங்கள் எடுக்க வேண்டியதுதான் சம்பிரதாயம்...

ஜெகதீசன் : மாமா, நீங்க தவறாக ஒன்றும் நினைத்துக் கொள்ளமாட்டீர்கள் என்று நம்பியே உங்களைக் கலக்காமலே இந்தக் காரியத்தை யெல்லாம் செய்திருக்கிறேன். உங்க நிலை எனக்குத் தெரியும். மிகவும் நெருக்கடியான இக்கஷ்ட காலத்தில் நீங்க எவ்வளவு கஷ்டப் படுவீர்கள் என்பதையும் நானறிவேன். என்னைக் கேட்டால் இந்த வருஷம் யாரும் தீபாவளியைத் தடபுடலாகக் கொண்டாட வேண்டியதில்லை. சாதாரணமாகச் செய்தால் போதும் என்பேன்.

ஆனால் தீபாவளி போன்ற சடங்கிலும், சம்பிரதாயங்களிலும் நம்பிக்கையுள்ளவர்கள் அதைக் கேட்க மாட்டார்கள். அதுவும் வைதீகப் பழமான என் அப்பாவும் அம்மாவும் தீபாவளி முதலிய பண்டிகைகளைத் தெய்வீகமாகக் கருதுபவர்கள். அவைகளைக் கொண்டாட வேண்டியதில்லை என்றாலே அபசகுனமாக நினைப்பார்கள்.

பார்வதி : அவா நினைக்கிறது தப்புன்னு சொல்ல முடியாது... வருஷத்துல ஒரு நாள்... ஒரு வருஷம் பண்டிகை கொண்டாடமாப் போனால் மூணு வருஷம் கொண்டாடமாப் போயிடும்னு சொல்லுவா...

ஜெகதீசன் : இதெல்லாம் நாமளா நெனைச்சுக்கறதுதான். அதை விடுங்கோ. அதனால நீங்கள் வழக்கம் போல், என்னைத் தீபாவளிக்கு அனுப்பும்படிக் கடிதம் எழுதுங்கள். நான் இங்கு வந்து போனதையே கண்டு கொண்டதாக இருக்கப் படாது.

ஒரு வேளை அம்மாவும் என்கூட வரக்கூடும். ஆகவே நீங்கள் நான் செய்ததை மனதில் வைக்காமல் எல்லாம் நீங்களே செய்ததைப் போலவே நடத்த வேண்டும். இந்தாருங்கள். தீபாவளி கொண்டாட்டச் செலவுக்கு இதை வைத்துக் கொள்ளுங்கள்.

பரமேஸ்வர ஐயர் : [திடுக்கிட்டு] என்ன மாப்பிள்ளே இதெல்லாம்... ரூபாயெல்லாம் தர்ரேள்... அதுவும் முழுசா இருநூறு ரூபாய் தர்ரேள்... வேண்டாம் மாப்பிள்ளே.

ஜெகதீசன் : ரூபாயைப் பிடியுங்கோ... ஒண்ணும் சொல்லப் படாது... இந்தாங்கோ கதர் பட்டுச் சரிகை வேட்டி, அங்கவஸ்திரம், கதர்பட்டுப்புடவை, ஜாக்கெட்... இது நாணாவுக்கு சட்டை, நிஜார்...

பார்வதி : [திகைப்புடன்] மாப்பிள்ளை, ஐவுளியே... நூத்தி அம்பது ரூபாய்க்குமேல் இருக்கும்னு நினைக்கிறோம்...

பரமேஸ்வர ஐயர் : [நாத் தழுதழுக்க] மாப்பிள்ளே... உங்களுக்கு நாங்கள் என்ன கைம்மாறு செய்யப் போகிறோம்? அந்தப் பரமாத்மா தான் உங்கள் மீது பரிபூரண கடாட்சத்தைச் செலுத்தி வாழ்விக்க வேண்டும்...

சரஸ்வதி : அப்பாவோட... கஷ்டத்தைத் தீர்த்துட்டேள்... எங்கள் குடும்பத்தை வாழ்விக்க வந்த சாக்ஷாத் தெய்வமே நீங்கதான்...

நாராயணன் : அம்மாஞ்சி ஒரு ரெண்டணா கொடுத்தால்... பட்டாசும், மிட்டாயும் வாங்கப் போயிடுவேன்...

ஜெகதீசன் : நாழியாயிடுத்து நான் கிளம்பறேன்...

2. சிதைந்த காதல்

– சரோஜா ராமமூர்த்தி

மறைந்த பெண் எழுத்தாளர்களில் இன்றும் நமது மனங்களில் நிறைந்து நிற்பவர் சரோஜா ராமமூர்த்தி ஆவார். அவருடைய கணவர் து. ராமமூர்த்தி அவர்களும் சிறந்த சிறுகதை எழுத்தாளர். இருவருமே நாவல்களும் எழுதியுள்ளார்கள். இவர்களின் புதல்வர் ஜெயபாரதி அவர்களும் புகழ்பெற்ற எழுத்தாளர்; திரைப்பட இயக்குநர். குடும்பமே கலைக்குடும்பம்.

சரோஜா ராமமூர்த்தி அறுநூறு சிறுகதைகள் எழுதி முத்திரை பதித்த எழுத்தாளர்.

ஆனந்த விகடன் இதழில் தொடர்ந்து தொடர்கதைகள் எழுதியவர்.

முத்துச்சிப்பி, இருளும் ஒளியும், பனித்துளி ஆகிய தொடர் கதைகள் பின்னாளில் நூல்வடிவம் பெற்றவை ஆகும். "பனித்துளி" நாவல் இவருக்குப் பெயரும் புகழும் பெற்றுத்தந்த நாவல் ஆகும்.

இங்கு அவருடைய "சிதைந்த காதல்" என்ற சிறுகதை நாடகமாக ஆக்கப்பட்டுள்ளது.

2. சிதைந்த காதல்
காட்சி – 1

இடம்	:	மதுரை – வைகை ஆற்றங்கரை.
காலம்	:	புலர்காலைப் பொழுது.
பாத்திரங்கள்	:	சத்திய விரதன், பரிசாரகன், அர்ச்சகர் 1, அர்ச்சகர் 2. மந்தாகினி

[பூபாள ராகத்தை வீணை அல்லது வயலினில் இசைத்தல்.]
[சலசலத்து ஓடும் ஆற்றின் ஓசை...]

சத்திய விரதன் : [தனக்குத்தானே] மதுரை ஓர் அழகான நகரம்... மதுரைக்குப் பெருமை சேர்ப்பது மீனாட்சி அம்மன் கோயில். அந்தக் கோயிலின் அழகிற்கு அழகு சேர்ப்பது இதோ... என் எதிரே... வளைந்தும்... நெளிந்தும் ஓடும் வைகை நதி ஆகும்...

ஊருக்கு அழகே ஆறுதானே!
"ஆறில்லா ஊருக்கு அழகு பாழ்" என்று அந்தக் காலத்திலேயே சொல்லியிருக்கிறார்களே!

அதோ... கிழக்கே அருணோதயம்... பொன்னிறச் சூரியன் பொலிந்து புறப்படுகிறான்... அந்தச் சூரியனை நோக்கித் தம் கூப்பிய கரங்களோடு, வைகை நீரில் இடுப்பளவில் நின்று கொண்டு, கதிரவனுக்கு அர்க்கியம் விடும் அந்தணர்கள்...
[அர்க்கியம் விடும் ஓசை]

[வேதங்களை உச்சரித்த வண்ணம் அவர்கள் கரையேறி வருகின்ற காட்சி]

மங்கையர் அங்கயற் கண்ணியின் புகழ்பாடிக் கொண்டு, கூந்தலில் இருந்து நீர் சொட்டச் சொட்ட ஊருக்குள் திரும்பும் காட்சி........

கரையோரமங்களின் கிளைகளில் அமர்ந்து... 'கீச்சுக்கீச்சு' என்று குரல் எழுப்பும் பறவை இனங்கள்...

சத்திய விரதன்	: இந்த சௌந்தரியக் காட்சி எத்தனைமுறை பார்த்தாலும், திகட்டாத, தெவிட்டாத விருந்து...

இந்த இனிய காட்சிகளைப் பார்த்துக் கொண்டே நடந்ததில் அலுப்புத் தோன்ற வில்லை... இதோ மீனாட்சி அம்மன் ஆலயம் வந்து விட்டது!

மீனாட்சி அம்மன் கோயில்...
வழிபட வரும் பக்தர்களின் தேவார இன்னிசை..
உஷத்கால பூஜை.. தீபாராதனை...
நாதஸ்வரம் மேளம் ஓசை...

(தொடுக்கும் கடவுட் பழம் பாடல்... மீனாட்சி அம்மன் பிள்ளைத் தமிழை ஓதுவாமூர்த்தி பாடிக் கொண்டிருக்கிறார்)

பரிசாரகன்	: இளைஞரே!... என்ன அப்படியே திகைச்சு நின்னுட்டீங்க... நகருங்க... நான் விளக்கிற்கு எண்ணெய் விட்டுட்டு அடுத்த சந்நதிக்குப் போகணும்... [பரிசாரகன் செல்லுதல்]
சத்திய விரதன்	: [பிரமிப்புடன்] இதோ... இந்தத் தூண்கள்... தூண்களில் உயிர்பெற்று பேசும் அற்புதச் சிற்பங்கள்... எந்த சிரேஷ்டனுடைய கரங்கள் இதை வடிக்கப் புண்ணியம் செய்தனவோ?

குதிரைகள் சவாரிக்குத் தயாராக இருக்கின்றனவே! அடடா! அந்தக் கல்யானைகள் உயிரோடு இருக்கின்றனவோ. அதோ அந்த மங்கை மீனாட்சியை உள்ளம் குழைய வேண்டுகிறாளே! இவையெல்லாம் கற்களால் செய்தவையா?'

[பின்னணி இசை]

என்ன அழகு! என்ன அழகு! கொள்ளை அழகு! மனதைக் கொள்ளை கொள்கிறதே!

என்ன! இது... இது சிற்பமா? சற்று முன் பார்த்த சிற்பமே உயிர் கொண்டு தரையில் இறங்கி நடைபோடுகிறதா?

மின்னல் கொடிபோல் துவளுகின்ற இடை! இதழ்க்கடையில் தவழுகின்ற இளநகை! ஸ்நானம் செய்து துவட்டாத கூந்தல்... முதுகில் புரண்டு ஆடும் கூந்தல்...

அவள்… அந்த நாட்டிய மங்கை… அம்பாளின் முன் அருள் வேண்டி நடனம் ஆடிக் கொண்டிருக்கிறாளே!

[நாட்டியம் ஆடிக் கொண்டிருக்கிறாள்]

சத்திய விரதன் : "கை வழி நயனம் செல்லக் கண்வழிமனமும் செல்ல..." அந்த மங்கை நடனம் ஆடிக் கொண்டிருக்கிறாள்!

அவளுடைய நயனங்களில் முத்துப்போல் கண்ணீர் உருண்டு வீழ்கின்றனவே!

அவள் முக மண்டலத்தில் ஏதோ ஒரு சொல்ல முடியாத சோகம் தெரிகிறதே...?

[இசை]

அர்ச்சகர் 1 : ஓய்! பார்த்தீரா! இவ்வளவு அழகு செறிந்துள்ள இந்தப் பெண்ணுக்கு இப்படியாப் பைத்தியம் பிடிக்க வேண்டும்?

அர்ச்சகர் 2 : அதுதானே! எத்தனையோ பிரபுக்கள் பணத்தைக் கொட்டி இவள் உதட்டோர இதழ்க்கடையின் அசைவுக்காக காத்திருக்கிறார்கள்? ஆனால் இவள் தலையெழுத்து இப்படி உள்ளதே?

அர்ச்சகர் 1 : தாசி குலத்திலே பிறந்தாலும் ஏதோ வைராக்யத் தோட வாழ்றமாதிரி தான் தெரியுது... வோய்.

அர்ச்சகர் 2 : நாட்டியக்கலைக்கேப் பிறந்தவள் மாதிரி... என்னமோ... இலட்க்ஷணத்தோட நடனம் ஆடறா?...

அர்ச்சகர் 1 : சரி... ஓய்... ஒரு யாத்திரிகர் அர்ச்சனை வைக்க வர்றார்... பேர்... நட்சத்திரம் சொல்லுங்கோ...

[அர்ச்சனை மந்திரம் ஓங்கி ஒலித்து... தேங்காய் உடைத்து தீபாராதனையுடன் முடிகிறது]

அர்ச்சகர் 2 : அம்பாளை நல்லா தரிசனம் பண்ணி, வேண்டிக்கோங்கோ... மதுரை மீனாட்சி... கேட்ட வரங்களையெல்லாம் அருள்வாள்...

சத்திய விரதன் : அந்தப் பெண்... அம்பாள் முன் நின்று கண்மூடி, தியானிக்கிறாள்: என்ன இலட்சியமோ? என்ன வேண்டுதலோ?

மந்தாகினி	: [திடமனத்துடன்] ஈஸ்வரி தாயே! மீனாட்சி... எல்லாரும் என் அழகையும், இளமையையும் விரும்புகின்றனரே, தவிர, தம் இருதயத்தை எனக்கு அர்ப்பணமாக்க ஒருவராவது முன் வருவார்களா? காதல், அன்பு என்பதை அறியக்கூடாதா பிறவியா இது? வேண்டாம். என் அழகு, கலையெல்லாம் அம்பிகைக்கே அர்ப்பணமாகட்டும்!

[இசை]

சத்திய விரதன்	: கோவில் பிரகாரத்தில் பிரதட்சணம் செய்து கொண்டு வருகிறாள். அவள் மெல்ல நடப்பதே ஒரு நாட்டியமாகத்தான் தெரிகிறது. அவளிடம் பேசிப் பார்க்கலாமா?

அது தப்பாகி விடுமோ?

முன்பின் தெரியாத பெண்... எப்படிப் பேசுவது? எதைச் சொல்லி அறிமுகம் செய்து கொள்வது...? ஊஹீம்... வேண்டாம்...

[இசைக்கலவை]

இதோ சொக்கநாதர் சந்நதியிலும் நடனம் ஆடுகிறாள்...

பாவம்! அவள் மனத்தில் குமுறும் எண்ணம்தான் என்னவோ? மலரைவிட மெல்லியதான அந்த மனம் ஏன் அப்படித் துடிக்க வேண்டும்? கலையெல்லாம் ஒரே இடத்தில் பொழிந்துவிட்டதா? இந்த அபூர்வ நாட்டியத்தை ரசிக்க இவ்வூரில் யாரும் இல்லையா? எல்லாரும் முகத்தைத் திருப்பிக் கொண்டு போகிறார்களே!

[ஆடி முடித்துவிட்டுப் புறப்படுகிறாள்]

பரிசாரகன்	: இந்த ஆளு அந்தப் பொண்ணு பின்னாலேயே போறாரு... யாரு, யாரு பின்னால போனா நமக்கு என்ன? நம்ம வேலை... விளக்குக்கு எண்ணெய் ஊற்றுகிறது அந்த வேலையைப் பார்ப்போம்...
சத்திய விரதன்	: .... தம்பி ....
பரிசாரகன்	: என்னங்க... என்ன வேணும்?
சத்திய விரதன்	: [தயக்கத்துடன்] இல்லே... இப்போது இங்கே ஒரு பெண்ணு ஆடிவிட்டுப் போனாளே... அந்தப் பெண் யாரப்பா?

பரிசாரகன்	: [அலட்சியமாக] அவளா...? [தணிந்தகுரலில்] அவள் தாசி மீன லோசனியின் பெண்... சித்த பிரமை... பைத்தியம். அதை என்னன்னு சொல்ல?... [பெருமூச்சு விடுகிறான்]
சத்திய விரதன்	: [திடுக்கிட்டு] என்ன? சித்தபிரமையா?...
பரிசாரகன்	: அதுக்கு நீங்க இவ்வளவு பதற்றீங்க...? நான் உள்ளதைத் தானே சொல்றேன்!
சத்திய விரதன்	: சித்தபிரமையா? வெறும் புரட்டு, உள்ளத்தில் பொங்கும் பக்தி கண்களில் ஜொலிக்கிறது... நல்ல தெளிவான முகம்... பரத நாட்டியத்தின் ஆழ்ந்த முத்திரைகளை லவகேசமும் பிசகாமல் ஆடும் திறன்... உள் மர்மங்களை அறியாமல் பிதற்றும் குப்பைச் சமூகம்... இதற்கு வாழ்வாம்... அந்தஸ்தாம்...
பரிசாரகன்	: நீங்க சொல்றது எதுவுமே எனக்கு விளங்கலே... எண்ணெய் ஊத்துகிற வேலை முடிஞ்சு போச்சு... எண்ணெய்த் தாழியை நல்லாத் துடைச்சுட்டு... உள் மாடத்துல வச்சுட்டுக் கிளம்பறேங்க...
சத்திய விரதன்	: [தயங்கிய வண்ணம்] அவள் வீடு... எங்கேன்னு தெரியுமா?
பரிசாரகன்	: [வியப்புடன்] இதில் என்னய்யா அக்கறை? மந்தாகினி வடக்கு மாசி வீதியில் இருக்கிறாள். பிரபுக்களையே சட்டை பண்ணாத கர்வக்காரி! உம்மை...
சத்திய விரதன்	: சரி போதும்... நான் போய்ப் பார்த்துக்கறேன்...

காட்சி – 2

இடம் : மீன லோசனி வீடு.

காலம் : மாலை நேரம்.

பாத்திரங்கள் : சத்திய விரதன், மந்தாகினி

சத்திய விரதன் : இதோ வடக்கு மாசி வீதி இதுதான்.. எப்படியோ தெருவை விசாரித்து வந்துவிட்டேன்...

மந்தாகினியின் வீட்டை எப்படிக் கண்டு பிடிப்பது யாரிடம் விசாரிப்பது?... உம்... சற்று தூரம் நடந்துதான் பார்ப்போமே...

அதோ... அந்த கிருகத்தில் சோகத்தையெல்லாம் திரட்டி... ஒரு இனிய தீங்குரல் கேட்கிறதே!

ஜய் ஜய் என்று சாரணி... அநுசாரணியுடன் சப்திக்கும் தம்பூர் கேட்கிறதே... அந்த வீட்டைச் சென்று பார்க்கலாம்... நிச்சயம் இந்த வீடாகத்தான் இருக்கும்...

மந்தாகினி : (பாடுகிறாள்) கிருஷ்ண லீலா தரங்கிணி
சதாசிவபிரம் மேந்திரர் கீர்த்தனை...
தேனைப்போல் இரண்டொரு தமிழ்க் கிருதிகள்...

சத்திய விரதன் : [மனம் நெகிழ தனக்குள்] ஆஹா இந்த கானம் கல்மனத்தையும் கரையச் செய்துவிடும்... என் மனமும் இலேசாகிவிட்டது... காலையில் மூண்ட தாபத்தை இது தணித்து விட்டது...

பயத்தை உதறிவிட்டு வீட்டிற்குள் செல்வோம்...

[பின்னணி இசை]

சத்திய விரதன் : கூடத்தில் மெத்தென்ற ரத்தினக் கம்பளம்... சுவரில் அழகாகத் தீட்டப்பட்ட தேவியின் படம்... அதை வெண்மையான மல்லிகை மாலை அலங்கரித்துக் கொண்டுள்ளது...

எதிரே மந்தாகினி...

நெளிந்து சுருண்டு கிடக்கும் கூந்தல் பின்னப் பட்டு முதுகில் வளைந்து கிடந்தது... கடைந்த தந்தம் போன்ற கரங்களில் தம்பூர்...

மந்தாகினி : [பாடுவதை நிறுத்திவிட்டு] யாரோ வருவது போல் தெரிகிறதே...'

சத்திய விரதன் : [தயக்கத்துடன்] காலையில் தங்களை...

மந்தாகினி : [சட்டென்று] கோவிலில் பார்த்திருப்பீர்கள்!

சத்திய விரதன் : ஆமாம்... தங்களுடைய அபூர்வ நாட்டியம் என்னை இவ்வளவு தூரம் அழைத்து வந்தது...

மந்தாகினி : [மிக சாதாரணமாக] அதில் ஒன்றும் வியப்பில்லையே? கலைக்கு அடிமையாகாத இருதயம் இருக்கிறதா?

சத்திய விரதன் : இந்த ஊரில் தாங்கள் கிருஷ்ணபக்ஷத்துச் சந்திரன் போல் இருக்கிறீர்கள்... தங்களுக்குக் கௌரவம் அளிக்கும் திறமை இந்த மூடர்களுக்கு இல்லை...!

மந்தாகினி : வாஸ்தவம்... மதுரைவாசிகளின் மனம் என்னைப் பைத்தியம் என்று சொல்லிக் கொண்டிருக்கிறது... அது வரையில் க்ஷேமமே!

சத்திய விரதன் : இன்னும் இரண்டு பாட்டுப் பாடத் தடங்கல் இல்லையே?

மந்தாகினி : தடங்கல் ஏதும் இல்லை... ஆனால் தங்கள் கையில் மலர் ஹாரம் இருக்கிறதே... தேவியின் தரிசனத்திற்குப் பங்கம் ஏற்பட்டு விடுமோ என்று அஞ்சுகிறேன்...

சத்திய விரதன் : பரவாயில்லை. அன்னையின் மார்பில் துலங்கு வதற்கு வாங்கிய மாலையை என் பரிசாகத் தாங்கள் தாம் ஏற்றுக் கொள்ளுங்களேன். ஈசுவரிக்கு அது சம்மதமாக இருக்கலாம்... இந்தாங்க...

மந்தாகினி : உம்..... அது..... அந்தமாலை.......

சத்திய விரதன் : தயங்காம வாங்கிக்குங்க...

மந்தாகினி : உம்… கொடுங்க… தேவியின் படத்திற்கு சூட்டி விடுகிறேன். அடேடே… ஹாரத்திலேயிருந்து ஒரு ரோஜா உதிர்ந்து விட்டதே… சரி… அதைத் தலையில செருகிக்கிறேன்…

சத்திய விரதன் : ஒற்றை ரோஜா… உங்கள் கூந்தலுக்கு மிக அழகாக இருக்கிறது… இன்னும் ஒரு பாட்டுப் பாடுங்களேன்…

மந்தாகினி : (பாடுகிறாள்)

சத்திய விரதன் : அருமை.. அருமை.. சங்கீதம் இங்கே அருவியின் குளுமையாகப் பிரவாகித்துக் காதுகளை நிறைக்கிறது… ஆஹா… மனம் பளிச்சென்று சுத்தமாகிறது…

மந்தாகினி : [தன்னுள் பேசுகிறாள்] காலையில் தெய்வ சந்நிதியில் ஏற்பட்ட மனச்சாந்திக்கு அறிகுறியாக இருக்குமோ இது? கலையின் பரிசாக மலர் மாலையைக் கொடுத்த இவர் மனம் தூய்மை யுடையதா? நான் தாசி என்பதை அறியார் போலும்! தெரிந்தால் அன்பைப் பகிர்ந்து கொடுப்பாரா? கொடுத்தால்?… அதுவும் உண்டா?…"

சத்திய விரதன் : தாங்கள் எதையோத் தீவிரமாக சிந்திப்பது போல் தெரிகிறதே?

மந்தாகினி : அப்படியெல்லாம் ஒன்றுமில்லை…

சத்திய விரதன் : தம்பூரை உறையில் வைக்க நான் வேண்டு மானால் உதவட்டுமா?

மந்தாகினி : நானே வைத்துவிடுகிறேன்… உங்களுக்கு சிரமம் வேண்டாம்…

சத்திய விரதன் : நாட்டியம் சதஸில் ஆடுவதற்குத் தாங்கள் அப்பியசிக்க வில்லையோ?

மந்தாகினி : அப்பியாசம் உண்டு. ஆனால் மனம் இல்லை.

சத்திய விரதன் : என்ன அபசாரம் இது? கலையைப் பலருடைய ரசனைக்குப் பகிர்ந்து கொடுப்பதுதான் உத்தமம்…

மந்தாகினி	:	முழு மனத்துடன் ஏற்க யாரும் இல்லை. அதனால்..."
சத்திய விரதன்	:	இல்லை என்கிற தீர்மானத்துக்குத் தாங்களே வந்துவிட்டீர்களாக்கும்! (பரிகாசம் கலந்த சிரிப்போடு)
மந்தாகினி	:	[நாணத்துடன்] அது அப்படி இல்லை...
சத்திய விரதன்	:	[தனக்குள்] இவளின் நாணம் கலந்த முக மண்டலமும் தனி அழகாகத் தெரிகிறதே!
மந்தாகினி	:	தாங்கள் இவ்வூரைச் சேர்ந்தவரா?
சத்திய விரதன்	:	இல்லை. தென்னாட்டுப் பிரயாணத்தை ஆரம்பித்து ஒரு மாதம் ஆகிறது. பல்லவரின் கலைத்திறனை மாமல்லபுரத்தில் கண்டுவிட்டுத் தெற்கே ஒரு காலத்தில் பஃறுளியாறும், குமரியாறும் சேர்ந்து வளப்படுத்திய தமிழகம் துயிலும் குமரிமுனையைக் கண்டு விட்டுப் போக விருப்பம். வழியில் பாண்டியனின் பதியை வெறுத்துச் செல்ல முடியவில்லை!.
மந்தாகினி	:	இந்த ஊரில் எங்கே தங்கியிருக்கிறீர்கள்?
சத்திய விரதன்	:	தங்குவதற்கு இடம் வேண்டுமா என்ன? காலையில் தங்கள் நாட்டியத்தைக் கண்ட பிறகு ஆலயம் முழுவதும் சுற்றினேன்... இடம் ஒன்றும் ஏற்படவில்லை...
மந்தாகினி	:	இந்த ஊரில் இருக்கிற வரையில் இவ்விலத்தில் தங்கத் தடங்கல் இல்லையே? நான் கேட்பது கூடக் குற்றமோ?
சத்திய விரதன்	:	நான் நினைத்ததற்குமேல் கிடைத்துவிட்டது...
மந்தாகினி	:	என்னுடைய பெயர் மந்தாகினி என்பதை தெரிந்து கொண்டீர்கள்... தங்களுடைய திருநாமம்...
சத்திய விரதன்	:	(சிரித்துக்கொண்டே) சத்திய விரதன்...
மந்தாகினி	:	உணவு...
சத்திய விரதன்	:	இன்னொரு நாள் உண்ணலாமே?!

மந்தாகினி : தங்கள் எண்ணப்படியே ஆகட்டும்… தேவிபடத்திற்கு அகிற் பொடிகள் தூவிவிட்டு வருகிறேன்…

சத்திய விரதன் : மந்தாகினி… வெளியே பார்த்தீர்களா? நீல வானில் மின்னும் தாரகைகள்… அவைகளின் நடுவே பூரித்து எழும் அம்புலி… சற்றுத் தொலைவில் கோபுரக் கலசங்கள் அவ்வொளியில் பளபளவென்று மின்னுகின்ற காட்சி…

மந்தாகினி : [புன்னகை தவழ] தாங்கள் ஓர் இயற்கை உபாசகர்… எனக்குத் தெரிந்ததெல்லாம் நாட்டியமும் பாட்டும் மட்டுமே…

காட்சி – 3

இடம் : காசி விசுவநாதர் ஆலயம்
காலம் : பகற்பொழுது...
பாத்திரங்கள் : கங்காதர்ஜி, ஈஸ்வர்...

ஈஸ்வர் : கங்காதர்ஜி... நமஸ்தே...

கங்காதர்ஜி : நமஸ்தே... நமஸ்தே ஈஸ்வர்

ஈஸ்வர் : காசி விசுவநாதர் டெம்பிள்ல... உட்கார்ந்திருக்கேள்... ஆனால் உங்க மனம் வேற எங்கேயோ... சஞ்சரிக்கிற மாதிரி தெரியுதே ஜி.

கங்காதர்ஜி : வாஸ்தவம்தான்... என் மகன் சத்திய விரதன் தென்னாட்டுக்கு யாத்திரை போயிருக்கிறான்... போய் மூணுமாசம் ஆச்சு... இன்னும் அவன் நம்ம ஊருக்குத் திரும்பி வர்றதுக்கான அறிகுறியே தென்படலே...

ஈஸ்வர் : இதுதானா... உங்க கவலை... (சிரித்துக்கொண்டே) இருபத்தி அஞ்சு வயசு இளைஞன் சத்திய விரதன்... உலக நடப்புத் தெரிஞ்சவன்... பத்திரமா திரும்பி வருவான்...

கங்காதர்ஜி : நல்ல பையன்தான்... அவனோட நடத்தையில அணுப்பிரமானம் கூட எனக்கு சந்தேகம் கிடையாது...

ஈஸ்வர் : கையில செலவுக்குப் போதுமான அளவு பணம் இருக்கோல்லியோ?

கங்காதர்ஜி : மாதம் தவறாம அவன் செலவுக்குப் பணம் அனுப்பிச்சுக்கிட்டு இருக்கிறேன்...

ஈஸ்வர் : அப்புறம் என்ன தேவையில்லாத கவலை? தென்னாடு கோயில்கள் நிறைந்த நாடு... கலைகளின் இருப்பிடம்...

கங்காதர்ஜி : இப்போ என் கவலைக்குக் காரணமே அதுதான்-

ஈஸ்வர் : கங்காதர்ஜி- நீங்க சொல்றது எனக்கு விளங்கலே-

கங்காதர்ஜி : என்குமாரன்... கலைப்பித்துக் கொண்டவன்... எதாவது ஆராய்ச்சியில் இறங்கிவிட்டால், நாள் கழிவதுகூடத் தெரியாமல் அங்கேயே தங்கிவிடுவான்...

ஈஸ்வர் : கங்காதர்ஜி அப்படின்னா நீங்க... ஒரு கடிதம் எழுதி வரச் சொல்ல வேண்டியதுதானே?

கங்காதர்ஜி : கடிதமும் எழுதிட்டேன்... முக்கடலும் சங்கமிக்கும் கன்னியாகுமரி வரை போய்ப் பயணம் செய்து பார்த்துவிட்டு வருவதாகத் தான் திட்டம் வைத்திருந்தான்...

ஆனால் அவன் இப்போ மதுரையிலேயே நீண்ட நாளாத் தங்கிட்டான். அதுதான் ஏன்னு எனக்குத் தெரியலே...

இப்பக்கூட ஒரு கடிதம் எழுதிப் போட்டுட் டேன்...

"என் உடம்பு மிகவும் பலஹீனமாக இருக்கிறது... சத்தியா! உன் கலை ஆராய்ச்சி போதும்... சாவதற்கு முன் உன் முகத்தைக் காட்டப்பா!" என்றே கடுமையாகவே கடிதம் எழுதிட்டேன்...

ஈஸ்வர் : நிச்சயம் இந்தக் கடிதத்தைப் பார்த்தவுடன், சத்திய விரதன் மதுரையிலேயிருந்து புறப்பட்டு வந்து விடுவான்... வாங்கோ... விசுவநாதரை தரிசிச்சிட்டு வருவோம்...

கங்காதர்ஜி : நம்ப ஜனங்களை நினைச்சால் எனக்கு சிரிப்பு வருகிறது...

ஈஸ்வர் : எதனால சிரிப்பு வருது?

கங்காதர்ஜி : நம்ப காசியில மட்டும் இப்போதைக்கு சுமார் 3000 கோயில்கள் இருக்குது... எல்லாக் கோயில் களுக்கும் போய் தரிசனம் பண்ணிட்டு வரணும்னா... ஒருமாத கால அவகாசம் கூட போறாது. ஆனா வெளி மாநிலத்திலேயிருந்து

வர்றவாள்ளாம் ஒரேநாள்ல... ஏதோ எல்லா கோயிலுக்கும் போயிட்டு வந்த நினைப்போடு... ஊர் திரும்பிடறாங்க... அவசரம்... அத்தனை அவசரம்...

ஈஸ்வர் : தப்பா நினைச்சுக்காதீங்க... அவசரம்... அவசரம்னு யாத்ரிகர்களைக் குறை சொல்றீங்க... ஆனால் எந்த அவசரமும் இல்லாமல், தென்னாட்டுல ஸ்தல யாத்திரை செய்யற சத்திய விரதனை மட்டும், சீக்கிரம் திரும்பலேன்னு வருத்தப் படறீங்களே?

கங்காதர்ஜி : ஈஸ்வர்... அதற்கும் ஒரு கால வரையறை உண்டு அல்லவா... அதோட எனக்கும், இந்த வயதான காலத்தில் முடிக்க வேண்டிய கடமை ஒன்று இருக்கிறதல்லவா?

ஈஸ்வர் : புரிகிறது... சத்திய விரதனின் திருமணம் முடிய வேண்டும்... அதுதானே நீங்கள் எண்ணும் கடமை...?

கங்காதர்ஜி : ஆமாம்... தாயில்லாத பிள்ளை அவன்... வீட்டிற்கு விளக்கேற்ற ஒரு பெண் மருமகளாக விரைவில் வர வேண்டும் என்று நான் நினைப்பது தவறா ஈஸ்வர்...?

ஈஸ்வர் : உங்க எண்ணம் போலவே சத்திய விரதன் சீக்கிரமே திரும்பி வருவான்... திருமணமும் நடைபெறும் வாங்கோ... கோயிலுக்குள்ளே போகலாம்...

[கோயில் மணி முழக்கம்...
ஹரஹர கோஷம்...]

காட்சி – 4

இடம்	:	மீனாக்ஷி அம்மன் கோயில் நந்தவனம்.
காலம்	:	மாலை நேரம்.
பாத்திரங்கள்	:	சத்திய விரதன், மந்தாகினி...

மந்தாகினி : *[பரவசநிலையில்] என்ன அழகு! என்ன சௌந்தர்யம்!! அம்பிகையின் லாவண்யம் கண்களைப் பரவசப்படுத்தி விட்டது...*

சத்திய விரதன் : *அதைவிட உன் லாவண்யம் என்னைப் பித்தன் ஆக்கி விட்டதே! அதைப்பற்றி உன்னைத் தண்டிக்க யாரும் இல்லையா?*

மந்தாகினி : *[கோபத்துடன்] என்ன பேச்சு பேசுகிறீர்கள்? அம்பிக்கையை விட அழகில் நான் பெரியவள் என்று உசத்திப் பேசுகிறீர்களே... அப்படிப் பேசுவது அபசாரம்...*

சத்திய விரதன் : *அம்பிகை லோக நாயகி. மந்தாகினி என் பிரியநாயகி! அப்படிச் சொல்வதில் எந்த அபசாரமும் இருப்பதாக எனக்குத் தெரிய வில்லை!*

மந்தாகினி : *[செல்ல சிணுங்கலுடன்] போதும்... போதும்... என்ன பரிகாசம் இது?*

சத்திய விரதன் : *[பரிவும் அன்பும் ததும்ப] பரிகாசம் இல்லை... இது பாசம்... என் மனத்தை உனக்கே அர்ப்பணமாக்கி விட்டேன்... உன் கரங்கள் மாந்தளிர் போல் மென்மையாய் இருக்கிறதே!*

மந்தாகினி : *[திடுக்கிட்டவளாய்] என் கரங்களை விடுங்கள்... கோயில் நந்தவனம் இது... அதோ பாருங்கள்... இங்குள்ள விருக்ஷங்களும் மலர்க்கொடிகளும் அசையாமல் நாம் பேசுவதையே கேட்டுக் கொண்டிருக்கின்றன!*

சத்திய விரதன் : [குழப்பநிலையில்] மந்தாகினி...

மந்தாகினி : என்னங்க... உங்க முகமெல்லாம் வேர்த்திருக்கு... கண்களில் ஒரு கலவரம் தெரியுது... என்னங்க... திடீர்னு உடம்புக்கு எதுவும் சுகம் இல்லையா?

சத்திய விரதன் : அதோ... அந்த வேப்பமரக்கிளையில இருக்கிற சிட்டுக்குருவி ஜோடியைப் பார்த்தியா? எவ்வளவு சுதந்தரமா... இங்கும் அங்குமாகத் தாவியும், உரசியும் இன்பமாய் மரத்தையே சுற்றி விளையாடுது பார்த்தியா!

மந்தாகினி : ஏதோ சொல்ல நினைத்து... அதை மறைக்கத் தாங்கள் இந்த சிட்டுக்குருவியைக் காட்டி...

சத்திய விரதன் : அப்படி இல்லை... அந்தக் குருவிகளுக்கு உள்ள சுதந்திரம் கூட நமக்கு இல்லை என்று சொல்ல வந்தேன்!

மந்தாகினி : எதையோ சொல்ல நினைச்சு... சுத்தி வளைச்சு வர்றீங்க... ஒளிவுமறைவு வேண்டாமே...

சத்திய விரதன் : இல்லை... இல்லை... இதுல என்ன ஒளிவு மறைவு? நேற்று என் தந்தையாரிடமிருந்து ரெண்டாவது கடிதம் வந்துள்ளது...

"உன் கலை ஆராய்ச்சி போதும். சாவதற்குமுன் உன் முகத்தைக் காட்டப்பா" என்று கவலை யோடு எழுதியிருக்கிறார்...

மந்தாகினி : நீங்கள் என்ன பதில் எழுதப் போகிறீர்கள்?

சத்திய விரதன் : [மௌனமாய் இருக்கிறான்]

[கிளி ஒன்று கீ, கீ என்று கத்துகிறது]

மந்தாகினி : மாமரத்துக் கிளையில், தன் துணையைத் தேடி பச்சைக் கிளி ஒன்று அலைவதைப் பார்த்தீர்களா?

சத்திய விரதன் : மந்தாகினி... நான் காசி சென்று தந்தையாரைப் பார்த்து வரலாம் என எண்ணுகிறேன்.

மந்தாகினி : [கண்ணீர்மல்க] பெற்ற தந்தையைப் பார்க்கச் செல்கிறீர்கள்... நானெப்படி தடுக்கமுடியும்? தடுப்பதும் முறை அல்ல...

சத்திய விரதன்	: மந்தாகினி... முதலில் உன் விழிகளில் கரைகட்டி நிற்கும் கண்ணீரைத் துடைத்தெறி... அன்பே! இந்தப் பிரிவை உன்னால் சகிக்கமுடியாதா? கவலை கொள்ளாதே இரண்டு மாதங்களில் வந்துவிடுவேன்...
மந்தாகினி	: என்னையும் உங்கள் ஊருக்கு அழைத்துப் போகலாமே?
சத்திய விரதன்	: [தனக்குள்] ஐயோ! இதென்ன கேள்வி? தந்தையின் காலத்திற்குப் பிறகு என் மனம் போனபடி செய்யலாம்... அவருடைய ஆசார சீலத்திற்கு அது முடியுமா?
மந்தாகினி	: என்ன யோசிக்கிறீர்கள்?
சத்திய விரதன்	: அ... ஒன்றுமில்லை... நான் முதலில் காசிக்குச் சென்று... அப்பாவிடம் எடுத்துச் சொல்லி... அப்புறம் வந்து உன்னை அழைத்துச் செல்லலாம் என்று நினைக்கிறேன்...
மந்தாகினி	: [சோகத்துடன்] உங்கள் இந்த அணைப்பிலேயே... என் உயிர் போய் விடக்கூடாதா என்று ஏங்குகிறேன்... என்னை... இந்த அபலையை மறந்து விட மாட்டீர்களே...
சத்திய விரதன்	: இதென்ன பதற்றம்? உன்னை மறந்து விடுவேனோ? பைத்தியமே! இருட்டிவிட்டது... வீட்டிற்குச் செல்வோம்...

காட்சி மாற்றம்

சத்திய விரதன்	: மந்தாகினி... அடுப்பங்கரையில் என்ன செய்து கொண்டிருக்கிறாய்?
மந்தாகினி	: உங்களின் வழிப் பயணத்திற்குக் கட்டு சாதம் தயார் செய்து கொண்டிருக்கிறேன்...
சத்திய விரதன்	: தம்பூர் பிடிக்க வேண்டியகை... இப்படிக் கரண்டி பிடிக்கலாமா? இத்தனை நாள் என் வழிப்பயணத்தில் யார் கட்டு சாதம் தயார் செய்து கொடுத்தார்கள்?

மந்தாகினி	: இப்போது உங்களுக்கு சேவை செய்ய நான் இருக்கிறேன்.. உங்களை போஷிக்க வேண்டியது என் கடமை...
சத்திய விரதன்	: சரி... நான் துணிமணிகளை எடுத்து வைக்கிறேன்...
மந்தாகினி	: நானும் ஒத்தாசைக்கு வருகிறேன்... அப்படியே அம்பிகையின் பாதத்தில் மலர் தூவி நமஸ்காரம் பண்ணுவோம்...

[பின்னணி இசை]

[பாடுகிறாள்]   ஸ்ரீ சக்கர ராஜ சிம்மா சனேஸ்வரி
ஸ்ரீ லலிதாம்பிகையே...
ஆகம வேத கலாமய ரூபிணி...
அகில சராசரா ஜனனி நாராயணி...

[பாடிக் கொண்டிருந்தவள் பாட்டை நிறுத்திவிட்டு...]

மறக்கமாட்டீர்களே? சீக்கிரம் திரும்பிவிட வேண்டும்...

சத்திய விரதன்	: இன்று என்ன கிருஷ்ண பக்ஷத்துப் பஞ்சமி அல்லவா? இன்றைக்கு அறுபதாம் நாள் பஞ்சமி அன்று உன் கிருகத்தில் இருப்பேன்...
மந்தாகினி	: உண்மைதானா? ஆனாலும் என் மனம்...

[விம்மி அழுகிறாள்]

சத்திய விரதன்	: இது என்ன குழந்தைமாதிரி...
மந்தாகினி	: விடுங்கள் என்னை... கதவு திறந்திருக்கிறது!
சத்திய விரதன்	: ஜட்கா வண்டிக்குச் சொல்லியிருந்தேன்... வண்டி வந்து விட்டது... நான் புறப்படுகிறேன்...

[குதிரை வண்டி கடகடவென்று செல்லும் ஓசை.
வண்டிக்காரன் சாட்டையை சக்கரத்தின்
இடையே கொடுத்து 'கடகட' ஒலியை எழுப்புகிறான்
குதிரையின் கழுத்து சலங்கை ஒலி]

காட்சி – 5

இடம் : கங்காதர்ஜி வீடு – காசிப்பட்டணம்.
காலம் : பகற்பொழுது.
பாத்திரங்கள் : கங்காதர்ஜி... சத்தியவிரதன், ஈஸ்வர்...

கங்காதர்ஜி : சத்தியா... நீண்ட நாட்கள் மதுரையிலேயே தங்கிவிட்டாய்... குமரி முனைக்குக்கூட நீ சென்றதாகத் தெரியவில்லை...

சத்தியவிரதன் : கன்னியாகுமரிக்குச் செல்வதற்காகத் திட்டமிட்டி ருந்தேன்... அந்த சமயத்தில் தான் தங்களிட மிருந்து கடிதம் வந்துவிட்டது... அதனால் தான் உடனே காசிக்குத் திரும்பிவிட்டேன்...

ஈஸ்வர் : கங்காதர்ஜி... நமஸ்தே... [உள்ளே வருதல்]

கங்காதர்ஜி : வாங்க ஈஸ்வர்... நமஸ்தே... நல்ல நேரத்திற்குத் தான் வந்திருக்கிறீர்கள்...

சத்தியவிரதன் : வாங்கோ மாமா... சௌக்யமாயிருக்கிறீங்களா?...

ஈஸ்வர் : சத்தியா... இப்போ இந்த ஒரு வாரமாகத் தான் உன்னோட தகப்பனார் முகத்திலே சந்தோஷத்தையேப் பார்க்க முடியுது’.

கங்காதர்ஜி : சத்தியா... நீ போன பிறகு வித்தியார்த்தி களுக்குப் பாடம் சொல்லிக் கொடுப்பதிலும், கோயில் கைங்கர்யங்களிலும் ஈஸ்வர்தான் உதவியாய் இருந்தார்...

ஈஸ்வர் : சமீப நாட்களாகவே உன் தந்தையார் உனது திருமணத்தைப்பற்றி சிந்தித்துக் கொண்டே யிருக்கிறார்...

சத்தியவிரதன் : [தடுமாற்றம் நிறைந்த குரலில்] திருமணத்திற்கு இப்போ என்ன அவசரம் மாமா.

கங்காதர்ஜி	: சத்தியா... அப்படிப் பேசாதே, எனக்கும் தளர்ச்சி வந்துவிட்டது. இன்னமும் உன்னோட திருமணத்தைத் தள்ளிப் போடறது கூடாது. உனக்கு ஒரு நல்ல வரனா பார்த்து வைத்திருக்கிறேன்...
சத்தியவிரதன்	: அப்பா... இது என்ன திடீர் ஏற்பாடு?
ஈஸ்வர்	: உங்க தகப்பனார் நல்ல வரனாத்தான் பார்த்திருக்கிறார்... மைந்தனுக்கு ஏற்ற மங்கை என்றே சொல்லவேண்டும்... பொண்ணு பேரு விற்பன்னை...
கங்காதர்ஜி	: [பெருமையுடன்] பெண் கவிதா சக்தி நிரம்பியவள்... வியாகரணம், இலக்கியம், வேதாந்தம் என சிறந்த ஞானம் உடையவள்... எல்லாவற்றிற்கும் மேலாக நம்முடைய ஈஸ்வருக்கு தூரத்து உறவு...
ஈஸ்வர்	: ஆமாம் சத்தியா. உன்னோட கலை ஆர்வத்திற்கு ஏற்ற பொண்ணுதான்...
சத்தியவிரதன்	: [தயக்கத்துடன்] அப்பா.. மதுரையில் கொஞ்சம் வேலைகள் உள்ளன... அவற்றையெல்லாம் முடித்துக்கொண்டு...
கங்காதர்ஜி	: [கோபத்துடன்] என்ன சத்தியா! மதுரை உன்னைக் கவர்ந்துவிட்டதா? நான் கண்ணை மூடின பிறகு எங்கேயாவது போகலாம்...
சத்தியவிரதன்	: இல்லை அப்பா.. மதுரை வேலை...
கங்காதர்ஜி	: [கடுமையாக] உனக்குக் காசியில்தான் வேலை. மதுரையில் இல்லை.
ஈஸ்வர்	: சத்தியா... திருமணத்தை முடித்துக் கொண்டு உன் மனைவியோடு கூட மதுரை சென்று வா...
கங்காதர்ஜி	: அதெல்லாம் சரிப்படாது ஈஸ்வர்...
சத்தியவிரதன்	: [மனப்போராட்டம்] மந்தாகினியை மறந்து விடுவதா? அந்தப் பேதை நெஞ்சம் எப்படி வாடுகிறதோ? அவளையே மணந்து கொண்டால் என்ன?

தந்தையின் நியமம்...! அவர் ஒரு நாளும் ஒப்பமாட்டார்... காதல் கருகி விடுமே.

தந்தையின் பாசம் அறுந்துவிடுமோ? அவருக்கு என்னை கிருகஸ்தனாக்கும் விருப்பம் தினம் அதிகரித்தே வருகிறதே!

மந்தாகினி! நீ ஏன் தாசி குலத்தில் பிறந்தாய்.

ஈஸ்வர் : இன்னும் என்ன யோசிப்பதற்கு இருக்கிறது...

கங்காதர்ஜி : விரைவில் ஏன் அடுத்த முகூர்த்தத்திலேயே உன் திருமணம்...

[திருமணம் நடைபெறுகிறது... ஆனந்தம்... ஆனந்தம் நாதஸ்வர இசை... கோலாகலம்]

காட்சி – 6

இடம் : மதுரை – மந்தாகினி வீடு.
காலம் : இரவுப்பொழுது.
பாத்திரங்கள் : மந்தாகினி... ஞானம்பிகை...

ஞானம்பிகை : *(வெளியிலிருந்து அழைத்தல்) மந்தாகினி... மந்தாகினி...*

மந்தாகினி : *[கதவு திறக்கப்படும் ஓசை] வா... ஞானம்பிகை.*

ஞானம்பிகை : *நீண்ட நேரமாகக் கதவைத் தட்டினேன்... நீ அதற்குள்ளாகவா உறங்கிவிட்டாய்?*

மந்தாகினி : *[பெருமூச்சுடன்] உறக்கமா? எனக்கா?... என் மனம் பெரும் போராட்டத்தில் சிக்கித் தவிக்கிறது? இந்த நிலையில் எனக்கு எப்படி உறக்கம் வரும் ஞானாம்பிகை.*

ஞானம்பிகை : *[ஆதரவுடன்] மந்தாகினி... உன் மனத்துயரம் எனக்குத் தெரிகிறது.. அதற்காக இப்படி இல்லத்திலேயே அடைந்து கிடந்தால்... துன்பங்கள் தீர்ந்துவிடுமா?*

மந்தாகினி : *[துயரத்துடன்] ஞானம்பிகை.. அவர் வருகையை எண்ணிக் காத்திருக்கிறேன்... ஆனால் இப்பொழுது அந்த நம்பிக்கையெல்லாம் குறைந்து வருகிறது...*

ஒரு கிருஷ்ண பக்ஷத்துப் பஞ்சமி அன்று, "இன்றைக்கு அறுபதாம் நாள் பஞ்சமி அன்று உன் கிரகத்தில் இருப்பேன்" என்று சொல்லிச் சென்றார்...

ஆனால்... [விம்மி அழுகிறாள்]

ஞானம்பிகை : *மந்தாகினி... அழுது... அழுது... உடம்பைக் கெடுத்துக் கொள்கிறாய்...*

மந்தாகினி : கிருஷ்ணபக்ஷங்கள் ஒன்றன்பின் ஒன்றாக மூன்று பக்ஷங்கள் கழிந்து விட்டன... வருவார்'. என்ற நம்பிக்கை ஒளி மங்க ஆரம்பித்துவிட்டது. லிகிதம் கூட வந்து ஒருமாதம் ஆகிவிட்டது...

ஞானம்பிகை : நீண்ட நாட்கள் கழித்து ஊர் சென்றிருக்கிறார் அல்லவா? வேலைபளு அதிகமாக இருந்திருக் கலாம்...

மந்தாகினி : எனக்கு எதுவுமே புரியவில்லை. ஒருவேளை அவருடைய தந்தைக்கு ஏதாவது உடம்பு முடியவில்லையோ என்னவோ? அவர் என்மீது கொண்ட பிரேமையின் ஆழத்தை நான் அறிவேன். ஞானம்பிகை... கிடைத்தற்கரிய பொருள் கிடைத்தது... அதை ஈஸ்வரி ஒளித்து விடுவாளோ என்று பயப்படுகிறேன்...

ஞானம்பிகை : மந்தாகினி... நல்லதையே நினைப்போம்... அதற்காக இப்படி கதவை அடைத்துக் கொண்டு வீட்டிலேயே அடைந்து கிடந்தால் சிக்கல்கள் தீர்ந்துவிடுமா?

கோயிலுக்குச் சென்று வழக்கம்போல் நீ நாட்டியம் ஆட வேண்டும்... நீ மீனாக்ஷி அம்மன் கோயிலுக்கு வந்து ஒரு மாதத்திற்கும் மேலாயிற்று...

மந்தாகினி : ஞானம்பிகை... இனி நான் கோயிலுக்கு வர மாட்டேன்... நல்ல வேளையாக நீ வீட்டிற்கு வந்துள்ளாய்... இதோ இந்த கடிதத்தை கோயில் அதிகாரியிடம் கொடுத்துவிடு...

ஞானம்பிகை : அவசரப்பட்டு முடிவு எடுக்கிறாய் மந்தாகினி...

மந்தாகினி : ஞானாம்பிகை... தீர யோசித்துதான் நான் இந்த முடிவு எடுத்துள்ளேன்...

நாளையே நான் காசிக்குப் புறப்படுகிறேன்...

ஞானம்பிகை : தனியாச் செல்கிறாய். காசி பெரிய நகரம்... எங்கே என்று தேடுவாய்?

மந்தாகினி : ஞானம்பிகை, எப்படியும் அவரைக்கண்டு பிடித்து விடுவேன். பிறந்ததில் இருந்து பிரிந்து அறியாத மதுரை... அதைவிட்டுப் பிரிகிறேன்... பெண் ஆனவள் என்றும் பிறந்த அகத்தைப் பிரிந்துதானே ஆகவேண்டும்.

ஞானம்பிகை : சரி... உன் பயணத்தை நான் தடுத்து நிறுத்த முடியாது. நாளை காலை நானே உன்னை ரயில் நிலையம் வந்து வழியனுப்பி வைக்கிறேன்.

[பின்னணி இசை. புகைவண்டி புறப்பட்டுச் செல்லும் ஓசை.]

காட்சி – 7

இடம் : காசி – கங்கைக்கரை.

காலம் : மாலைநேரம்.

பாத்திரங்கள் : சத்தியவிரதன், விற்பன்னை... மந்தாகினி... குரல்!

சத்தியவிரதன் : கண்ணே... விற்பன்னை... கங்கை நதியைப் புதிதாகப் பார்ப்பது போல்... பிரமிப்புடன் ரசித்துக் கொண்டிருக்கிறாயே!

விற்பன்னை : தாங்களே... ஒரு கலைஞர்... கங்கை மட்டுமல்ல, மலைகள், இதோ நாம் அமர்ந்திருக்கும் விருக்ஷங்கள் அடங்கிய தோட்டம்... என இயற்கை என்றுமே... எப்போதுமே புதிது தான். அதுவும் என் பிரியமான கணவருடன் நெருக்கத்தில் அமர்ந்து கங்கைப் பிரவாகத்தை ரசிப்பது என்பது ரொம்பவும் சந்தோஷமானது.

சத்தியவிரதன் : விற்பன்னை... நீ ஒரு சிறந்த கவிஞர் என்பதை நான் கேள்விப்பட்டிருக்கிறேன்... இன்று தான் இதை நேரில் கண்டு ஆனந்தம் அடைகிறேன்.

விற்பன்னை : கங்கையில் நீந்திச் செல்லும் படகுகள்... மேற்கில் சென்று மறையும் சூரியன்... தோட்டத்து மரங்கள்... மரங்களில் மலர்ந்துள்ள புஷ்பங்கள்... இந்தக் காட்சிகள் தாம் என்னைக் கவிதை பாடத் தூண்டின...

சத்தியவிரதன் : மலர் செறிந்த வகுளமரம்.. வானில் மெல்ல மெல்ல பவனிவரத் தயாராகும் தேய்ந்த நிலவு... பக்கத்தில்... பவள நிறத்தில என் அன்புமனையாட்டி... நிஜமாகவே நான் கொடுத்துவைத்தவ தான் விற்பன்னை...

விற்பன்னை : வற்றாத ஜீவநதி நமது கங்கை நதி... கங்கையின் நீர்ப்பிரவாகம் போல் உங்கள் அன்பும் என்றும் வற்றாமல் இருக்கும் படியாக காசி விசுவநாதரை பிரார்த்திக்கிறேன்...

சத்தியவிரதன் : விற்பன்னை... என்பிரேமையில் உனக்கு ஏன் இப்படி ஒரு சந்தேகம்?

விற்பன்னை : நீங்கள் தென்னாட்டுப் பயணம் மேற்கொண்ட போது...

சத்தியவிரதன் : [திடுக்கிட்டு] [சட்டென] மேற்கொண்டபோது மதுரை மாநகரமும்... வைகையாறும்... எல்லா வற்றிற்கும் மேலாக மீனாக்ஷி அம்மன் திருக்கோயிலும்... என் உள்ளம் முழுவதும் நீக்கமற நிறைந்துவிட்டது...

மீனாக்ஷி அம்மன் கோயில் சிற்பங்கள் ஒவ்வொன்றும் உயிர் பெற்றெழுந்த ஜீவசிலை களாகவே என் கலை உணர்வுகளைத் தட்டி எழுப்பியது...

விற்பன்னை : [கேலியாக] அந்த சிற்ப அழகில் மயங்கி, மனத்தைப் பறி கொடுத்து, குமரிமுனையை செல்வதைக்கூடத் தவிர்த்து மதுரையிலேயே தங்கி விட்டீர்களாக்கும்!

சத்தியவிரதன் : (தடுமாற்றத்துடன்) மதுரை... குமரி... பல்லவர்... சிற்பம்... நாட்டியம்... அது... தந்தையாரும் உடனே புறப்பட்டு வரச்சொல்லி... லிகிதம் போட்டு விட்டார்...

விற்பன்னை : அன்பரே! இதைச் சொல்ல ஏன் இவ்வளவு தடுமாற்றம்...? ... அதெல்லாம் போகட்டும்... நான் ஒரு விஷயம் கேள்விப்பட்டேன்... அதைப் பற்றித் தெரிந்து கொள்ளலாமா?

சத்தியவிரதன் : என்ன விஷயமோ?

விற்பன்னை : கோபித்துக் கொள்ளாவிட்டால் சொல்கிறேன்...

சத்தியவிரதன் : கேட்பது என்று முடிவு செய்து விட்டாய்... கேள்... கோபப்படமாட்டேன்... அப்படியே

	கோபித்துக்கொண்டாலும் நீ... உரிமை யுடையவள்... உன்னிடம் கோபிக்காமல் வேறு யாரிடம் கோபிக்கப் போகிறேன்...
விற்பன்னை	: பீடிகையெல்லாம் நன்றாகத்தான் இருக்கிறது...
சத்தியவிரதன்	: இன்னும் நீ என்ன விஷயம் என்றே சொல்ல வில்லை?
விற்பன்னை	: இல்லை... அது... வந்து... தென்னாட்டில் மதுரையில் ஒரு பரத்தையின் நேசம் உங்களுக்கு உண்டோ?
சத்தியவிரதன்	: [துணுக்குற்று] யார் சொன்னது?
விற்பன்னை	: யார் சொன்னால் என்ன? உண்மைதானே?
சத்தியவிரதன்	: வீண் வம்பு. அவள் நாட்டியத்தில் தேர்ந்தவள். அதன் நுட்பங்களை அறிய அங்கே தங்கியிருந்தேன்... வேறு நேசம் ஒன்றும் இல்லையே...!!
	[இசை]
விற்பன்னை	: அப்படியா? நான் கேட்டவுடன் பயந்து போனீர்களே!
சத்தியவிரதன்	: நான் ஏன் பயப்படவேண்டும்...? விற்பன்னை... இன்பமாய்ப் பொழுதைக் கழிக்க வந்த இடத்தில் இப்படிப்பட்டப் பேச்சுக்கள் தேவைதானா?
விற்பன்னை	: நான் கேட்டது தவறாகயிருந்தால் என்னை மன்னித்து விடுங்கள்... எனக்குள் ஓர் ஆசை உள்ளது அன்பரே!
சத்தியவிரதன்	: சொல். என்னால் முடிந்தால் நிறைவேற்றி வைக்கிறேன்.
விற்பன்னை	: கங்கையின் உற்பத்தி ஸ்தானத்திலிருந்து... பின்னர் அது- ரிஷிகேஷ், ஹரித்வார் சமவெளிப் பகுதிகளில் பயணத் தொடங்கிவிடுகிறது... அந்த கங்கை நதியில் நாம் இருவரும் அது கடலில் சங்கமம் ஆகும் இடம் வரை பயணிக்க வேண்டும். இதுதான் என் ஆசை...

சத்தியவிரதன் : நன்று சொன்னாய்.. நம் இருவரின் கற்பனைக்கும் நல்ல விசேஷமான விஷயங்கள் கிடைக்கும்...

விற்பன்னை : ஒரு வகையில் பார்த்தால் 'தீர்த்த க்ஷேத்ராடனம்'...னு சொல்லலாம்...

சத்தியவிரதன் : சொல்லலாம் என்ன? கிளம்பலாமா? மெல்ல இருள் சூழ்ந்து வருகிறது...

[பின்னணி இசை]

காட்சி மாற்றம்

மந்தாகினி : ஈஸ்வரி... தாயே... என்னை இப்படி காசிநகர் வீதியிலே... பைத்தியம் மாதிரித் திரிய விட்டுட்டேயே அம்மா...

என் கண்ணான கணவரை... கணவர் என்று சொல்ல முடியாததுதான்... ஊர் சென்று திரும்பிய பிறகு தன் தந்தையாரின் சம்மதத்துடன் என்னைக் கரம்பிடிப்பேன் என்று சொல்லிச் சென்றாரே! அவரை... நான் இனி எப்படிக் கண்டுபிடிப்பேன்...

இதோ... ஓர் ஆள் வருகிறார். அவரைப் பார்த்தால் தமிழர் மாதிரி தெரிகிறது... அவரிடம் கேட்டுப் பார்க்கலாம்...

ஐயா, பேரு சத்தியவிரதன், அவங்க அப்பா பேரு... கங்காதர்ஜி... சமஸ்கிருத பண்டிதர்... வீடு... தெரியுமா ஐயா?...

குரல் 1 : [வாய்விட்டுச்சிரித்தல்] காசி நகரில் எத்தனை யோ... சம்ஸ்கிருத பண்டிதர்கள்... எத்தனையோ கங்காதர்ஜி... சரியான விலாசம் வேண்டும் அம்மா... போம்மா... போ...

[இசையில் மாற்றம்]

மந்தாகினி : [துன்பம் நிறைந்த மனத்துடன்] காசியில் இனிமேலும் என்னால் தேடி அலைய முடியாது... என் மனமும் உடலும் சோர்ந்து போச்சு... என் மனத்தை அவருக்கு அர்ப்பண மாக்கினேன்... அதை வரவேற்க அவர் தயாராக இல்லை...

இன்னமும் காசி நகர வீதிகளில் அலைவது... வீண் விரயம்...

என்ன செய்வது?...

எங்கே செல்வது?...

ஈஸ்வரி... மீனாக்ஷி... தாயே...

அது... அதுதான் சரியான வழி... கடைசிப் புகல் இடமும் அதுதான்... என் விதி... அதுவானால் அதை யாரால் மாற்ற முடியும்?

[பின்னணி இசை]

[இசையில் மாற்றம்]

மந்தாகினி : கங்காதேவி... உன்னைச் சரண் அடைய வந்து விட்டேன். நீ... ஸ்படிகம் போல் எவ்வளவு தெளிவாகத் துள்ளிக் குதித்து வேகமாய் ஓடிக் கொண்டிருக்கிறாய்!

எங்கள் வைகை நதியைப் போல் எத்தனை மடங்கு பெரியவள் நீ!

கங்காதேவி... உன் கரையில் அமர்ந்து தங்கள் வேண்டுதல்கள் நிறைவேற நம்பிக்கையோடு பிரார்த்திப் போர் எத்தனை பேர்! ஆனால் அவர்களுக்கு மத்தியில் நான் மட்டும் தனியாய்... நிர்க்கதியாய்... அநாதையாய் நிற்கிறேனே. வானத்தில் மூளிச்சந்திரன்... பறவைகளின் சப்தமும் குறைந்துவிட்டது!...

சத்தியவிரதன் : உன்னை மறந்து விடுவேனா? பைத்தியமே!

மந்தாகினி : இது... அவர் குரல் போல் இருக்கிறதே!? அழைக்கிறாரோ? அடி பைத்தியமே இது வெறும் பிரமை...!

கங்காதேவி இனியும் நான் உன் கரையில் நின்று கொண்டிருந்தால் கரை சேரமுடியாது!

வருகிறேன் கங்காதேவி. உன் மடியில் துயில் வதற்கு வருகிறேன்!

[இசையில் மாற்றம்]

இடுப்பளவு தண்ணீருக்குள் வந்து விட்டேன். தண்ணீர் எவ்வளவு குளுமையாக இருக்கிறது...!

அதோ தொலைவில் பாண்டியனின் மதுரை, மதுரையில் குறுகிச் சுருண்டு செல்லும் வைகை, மீனாக்ஷி ஆலயம் கண்ணுக்குத் தெரிகிறதே...

"குபுக்" மாந்தாகினி நீரில் மூழ்கும் சத்தம்.

காட்சி மாற்றம்

விற்பன்னை : என்னங்க தூரத்தில் யாரோ தண்ணீரில் மூழ்குவது போல் சத்தம் கேட்கிறதே?

சத்தியவிரதன் : (சிரித்துக்கொண்டே) பாவத்தைப் போக்க கங்கையில் எத்தனையோ. பேர்கள் மூழ்கிக் குளிப்பார்கள்... விளக்கு வைக்கும் நேரமாகி விட்டது... வா... புறப்பட்டுப் போகலாம்...

3. பச்சைக்கிளி

— தி.ஜ. ரங்கநாதன் (தி.ஜ.ர)

தி.ஜ. ரங்கநாதன் (1901-1974) தமிழ் மறுமலர்ச்சிக் கால எழுத்தாளர்களில் குறிப்பிடத்தக்கவர்.

ஆடம்பரமற்ற, தெளிவுமிக்க எழுத்து, சொற்செட்டு ஆகியவற்றின் அடையாளம்.

சிறுகதை, கட்டுரை, மொழிபெயர்ப்பு, புத்தகச் சுருக்கம், குழந்தை இலக்கியம் ஆகிய துறைகளில் தனக்கெனத் தனி இடம் பெற்ற எழுத்தாளர்.

'டைஜஸ்ட்' இதழாகத் தமிழில் அறியப்பட்ட 'மஞ்சரி'யில் அதன் தொடக்க காலம் முதல் 25 ஆண்டுகள் பணிபுரிந்த பத்திரிகை ஆசிரியர். ஊழியன், சக்தி ஆகியவை அவர் பணியாற்றிய பத்திரிகைகளில் முக்கியமானவை.

"நொண்டிக்கிளி" என்ற தலைப்பில் அவர் எழுதிய சிறுகதை ஒன்று, "பச்சைக்கிளி" என்ற பெயர் மாற்றத்துடன் நாடகமாகப் படைக்கப்பட்டுள்ளது.

3. பச்சைக்கிளி

காட்சி – 1

இடம்	:	வக்கீல் வீடு.
காலம்	:	காலை நேரம்
பாத்திரங்கள்	:	ராணி, அப்பா, கட்சிக்காரர், பெரிய அத்தை, சின்ன அத்தை… முனியம்மா, பக்கிரிசாமி…

ராணி : எங்க வீடே…. இன்னிக்கு ரொம்பப் பரபரப்பா யிருக்கு… என்ன காரணம்னு கேக்கறீங்களா… சொல்றேன்… பொண்ணு பார்க்க மாப்பிள்ளை வீட்டுக்காரா வர்றாங்க. பொண்ணு யாருன்னு தெரியணும்… பொண்ணு நான் தான்!

[மாற்றம்]

பெரிய அத்தை : ஏன்டீ… பாமா… மூணு தாம்பாளம் எடுத்து வைச்சுட்டியா… பூவு, பழம், தேங்காய்… தேங்காய் ஐந்து எடுத்துவை… அப்படியே வைச்சுடாதே… மஞ்சள் பூசி எடுத்துவை… அப்புறம் சந்தனம் கரைக்கறதுக்கு… பீரோவுல யிருந்து சந்தனக்கும்பாவை… எடுத்துவை…

சின்ன அத்தை : எல்லாம் தயார்… காஃபி டிகாக்ஷன் கூட…. புதுசா இறக்கி வைச்சுட்டேன்… டிபன் சாப்பிட மாட்டா… நம்ப சொல்றதை சொல்லுவோம்… கேசரி… ரெடியாயிடுத்து… பஜ்ஜிக்கு வாழைக் காயும் வெங்காயமும் வெட்டி வைச்சிருக் கிறேன்… அப்புறம்…

ராணி : களேபரம் பன்ற அவர் ரெண்டு பேரும் யாருன்னு கேக்கறேளா?... சந்தனக்கும்பா பற்றிப் பேசறது என்னோட பெரிய அத்தை பேரு… ரமா, பாமா என்னோட ரெண்டாவது அத்தை. சின்ன அத்தைன்னு தான் கூப்பிடுவேன்.

68 பச்சைக்கிளி

ரெண்டு அத்தையும் எங்க ஆத்துக்கு வந்து... மூணு நாளா 'டேரா' போட்டு... மணப் பெண்ணை தயார் படுத்தறாங்களாம்...

[மாற்றம்]

பெரிய அத்தை : பாமா... வாசல்ல... வாதா மரத்தண்டை... விளையாடிக்கிட்டு நிக்கற வாண்டுகளை விரட்டியடி... மாப்பிள்ளை ஆத்துக்காரா... வர்ற நேரம்...

ராணி : எங்க வீட்டுக்கு அடையாளமே... அந்த வாதா மரம்தான்! எங்க தெரு சிறுசுகளுக்கு அதுதான் விளையாட்டு மைதானம்! ரொம்ப வருஷத்து மரம்... பெரியமரம்... உசரமானமரம்... வாதாங்கொட்டையைப் பொறுக்கறதுக்கும்... கல்லெறிஞ்சு... மரத்துல இருக்கிற வாதாங் கொட்டையைப் பறிக்கறதுக்கும்... எப்பவும் சின்னப்பிள்ளைங்கக் கூட்டம் இருந்துக்கிட்டே இருக்கும்...

அந்த வாதாமரம்... எங்க வீட்டுக்கான அடையாளம் மட்டுமல்ல... என்னோட வாழ்க்கையிலும் ரொம்ப முக்கியமான அங்கம் வகிக்கிற மரம்... அது... அதைப்பற்றி அப்புறம் சொல்றேன்...

எங்க அப்பா பற்றி சொல்லணுமில்லே... அவரு பெரிய வக்கீல்; பெரிய வக்கீல்ன்னு நான் தான் சொல்றேன்... வாங்கோ... அவரைப் பார்த்துடலாம்.

[மாற்றம்]

ஆண்குரல் : ஐயா... வக்கீல் ஐயா இருக்காங்களா?

அப்பா : உள்ளே வாங்கோ... இங்கே தான் இருக்கேன்...

ஆண்குரல் : ஐயா... நானும் நாலு தடவை இந்த வீதியையே சுத்திசுத்தி வந்துட்டேன்... உங்க வீட்டைக் கண்டுபிடிக்கறதுக்கு ரொம்பக் கஷ்டப் பட்டுட்டேன்.

அப்பா : ஓய்! ரெண்டடி நீளம், ஒரடி அகலத்துல கொட்ட எழுத்துல "அட்வகேட் ஆராவமுதன்" பி.ஏ., பி.எல்., ன்னு பெரிய போர்டே... போட்டிருக்கிறேன்... அது கூடவா உம்ம கண்ணுக்குத் தெரியலே!

ஆண்குரல் : ஐயா... அதை வீட்டுக்கு வந்தாத்தானே பார்க்க முடியும்! அப்புறம் ஒருத்தரைக் கேட்டேன்... ஓ! அந்த வாதாமரத்து வீடைக் கேக்கறீங்களா?ன்னு சொல்லி சட்டுன்னு அடையாளம் சொன்னாரு...

அப்பா : அப்போ... வக்கீல் வீடுன்னு கேட்டால் தெரியலே... வாதாமரத்து வீடுன்னு கேட்டால் தான் தெரியறதுன்னு... கிண்டல் பன்றேளா?

ஆண்குரல் : ஐய்யய்யோ... நான் அப்படியெல்லாம் சொல்லலே...

அப்பா : சரி... என்ன விஷயம்... என்ன தகறாரு? அதைச் சொல்லும்...

ஆண்குரல் : சொல்றேன்...

அப்பா : நீர் சொல்றதுக்கு முன்னால நான் ஒரு விஷயத்தைத் தெளிவா சொல்லிடறேன்.

"கேஸ் ஜெயிப்பதோ தோற்பதோ ஆண்டவன் கையில் இருக்கிறது. என்னால் முடிந்தமட்டும் சிரமப்பட்டு நான் நன்றாக வழக்கை ஆடுகிறேன். முடிவு எப்படியானாலும் என்னைக் கேட்கக் கூடாது... சம்மதமா?

ஆண்குரல் : ஐயா... என்னைய்யா... இப்படிப் பேசறீங்க... உங்களையே நம்பி வந்திருக்கிறேன்...

அப்பா : என்னை நம்பாதே... நாராயணனை நம்பு... அவன்தான்ய்யா நம்மையெல்லாம் ரட்சிக்கிற கடவுள்... இதோ பாரும்...

"வாழ்க்கையிலே பொய்யும் புளுகும் மிக அவசியம்" நான் இல்லேங்கலே..." எனக்குப் பொய் பேச வராது; பொய் பேசமாட்டேன்...

சரி கேஸைச் சொல்லும்...

ஆண்குரல்	: என்னோட நஞ்சை நிலத்துல... பக்கத்து நிலத்துக்காரன் வரப்புக்காக... மூணடியை அநியாயமா ஆக்ரமிச்சுட்டான்... அவன் யாருன்னா...
அப்பா	: யாரு உன்னோட அண்ணனாயிருப்பான்... இல்லேன்னா தம்பியா யிருப்பான்...
ஆண்குரல்	: [ஆச்சர்யந்தான்] ஐயா. எப்படிய்யா 'கரெக்டா' கண்டுபிடிச்சுட்டீங்க?

அந்த அளு என் தம்பிதான்... அயோக்கியப்பயல்...
அடுத்தவன் சொத்துக்கு ஆசைப்படற அல்பப்பயல்

அப்பா	: மகாபாரதக் கதை காலத்துலேருந்து இப்படித் தானய்யா நடந்துக்கிட்டு இருக்குது... நான் ஒரு யோசனை சொல்றேன்... அதன்படி நடந்தால் எல்லாம் சரியாயிடும்...
ஆண்குரல்	: சொல்லுங்க ஐயா... கேக்கறேன்...
அப்பா	: நீர் கேஸ் போடுவீர்; உம்மை எதிர்த்து உங்க தம்பி கேஸ் போடுவார்... ரெண்டு பேருக்கும் செலவு, அத்தோட முடிஞ்சுதா? கோர்ட்டுக்கும் வீட்டுக்கும் நாயா அலையணும்! 'வாய்தா' 'வாய்தா'ன்னு கேஸ் தள்ளிண்டே போகும்... சிவில் கேஸ்... இழுத்துண்டே போகும்...
ஆண்குரல்	: அப்படின்னா...?
அப்பா	: வாழ்வு என்பது என்ன? அதுவே பிறப்புக்கும் சாவுக்கும் இடைப்பட்ட ஒரு 'ராஜி'தானே! ஓய் விட்டுக் கொடுத்தவன் கெட்டுப் போனது கிடையாது. கெட்டுப் போனவன் விட்டுக் கொடுத்தது இல்லே...
ஆண்குரல்	: ஐயா... இடம் தெரியாமல் வந்துட்டேன்... நான் வேற நல்ல வக்கீலா பார்த்துக்கறேன்...

[மாற்றம்] [Music]

ராணி	: பார்த்தேளா? இதுதான்... இவர்தான் எங்க அப்பா! கட்சிக்காரர்களை மிரட்டியே அனுப்பி விடுவார்... தொழில் வலுக்கவில்லையே தவிர

அப்பா ரொம்ப திறமையானவர். அவர் எடுத்த கேஸ் எதுவும் தோற்றதில்லை. அவர் மகாபுத்திமான்.

கண்டிப்பாய் பேசுகிறவர், தலையிலே 'கிராப்' என்றாலும், நெற்றியிலே விபூதியும் அதன் நடுவே குங்குமமும் உண்டு. பெட்டி நிறையப் பணம். வாயிலே கம்யூனிசம். படிப்பதெல்லாம் நாத்திக வாதம்; போவதெல்லாம் பெருமாள் கோவிலுக்கு! விசித்திரமான குணஸ்தன்: ஊரெல்லாம் இது தெரியும்..

எங்க அம்மாவை நீங்க பார்க்கலையே... அப்பாவுக்கு ஏத்த வங்கதான் எங்க அம்மாவும். தாராள மனசு; இரக்க சுபாவம்...

[மாற்றம்]

அம்மா : முனியம்மா... முனியம்மா... எங்கே போனா? ஆளைக்காணோம்... கொல்லையில... துணி துவைக்கப் போயிருப்பாளோ?

முனியம்மா... முனியம்மா...

[துணி துவைக்கும் சத்தம்.
தண்ணீரில் துணிகளை அலசும் சத்தம்.]

முனியம்மா... துணி துவைச்சுண்டுயிருக்கியா? இது தெரியாமல் வீடு புரா தேடிண்டு நிற்கறேன்... இந்தா... இந்த காபியைக்குடி.

முனியம்மா : இருக்கட்டும்மா... இந்தத் துணியெல்லாம் பிழிஞ்சு காயப் போட்டுட்டுக் காபியைக் குடிக்கறேன்மா...

அம்மா : முனியம்மா... காப்பி ஆறிடும்... முதல்ல காபியைக்குடி... துணியை நான் பிழிஞ்சு போடறேன்... இந்த பக்கிரிசாமி... எங்கே போனான்...? பக்கிரி... பக்கிரி...

பக்கிரிசாமி : அம்மா வந்துட்டேம்மா... எருவை அள்ளி வண்டியில ஏத்திக்கிட்டு இருந்தேன்... வயலுக்கு போடணும்...

அம்மா : போடலாம்... போடலாம். முகூர்த்தமா தவறிப் போகுது. இந்தா இதிலே நாலு இட்டிலி இருக்குது... உன் பொண்டாட்டிக்கு ஜூரம் அடிக்குதுன்னு சொன்னியே... இதைப் போயி அவளுக்குக் கொடுத்துட்டு வா...

பக்கிரிசாமி : சரிங்கம்மா... ஐயா கேட்டால் சொல்லிடுங் கம்மா...

அம்மா : ஆமா... உங்க ஐயா... இதைத்தான் கேட்கப் போறாராக்கும்! போ... அவள் பசியோட இருப்பாள்...

[மாற்றம்] [Music]

ராணி : இவங்கதான் எங்கள் அம்மா. ராஜாத்தி. உபசாரமாகச் சொன்னால் - அப்பா மாநிறம். அம்மாவோ எலுமிச்சம்பழம் போல் சிவப்பு. அவள் படித்திருக்கிறாள். ஆனால் அவளுக்குப் பாடத் தெரியாது. தற்காலத்துக்கு ஏற்ற நாகரிகக்காரி என்று சொல்ல முடியாது. வீட்டுக்காரியம் முழுதும் தானே செய்வாள்.

வேலைக்காரர்களுக்கு எங்கள் வீட்டிலே வெகு கொண்டாட்டம். அவர்களுக்கு அம்மா ஒரு வேலையும் இடமாட்டாள். இதற்காக அவர்களை அவள் ஒரு குறையும் சொல்ல மாட்டாள். அவர்கள் அம்மாவைக் கொண்டாடாமல் வேறு என்ன செய்வார்கள்?

[Music]

ராணி : இனி எங்கள் குடும்பத்தில் நான் தான் மிச்சம். எனக்கு அண்ணன், தம்பி, அக்காள் தங்கை யாரும் கிடையாது. நான் ஒரு தாய்க்கு ஒரு பெண்.

அப்பாவையும் அம்மாவையும் பற்றிச் சொன்ன பிறகு, என்னைப்பற்றி வேறே தனியாச் சொல்லணுமா?

'நூலைப் போல் சேலை, தாயைப் போல் சேய்!' ஆமாம். நான் அம்மா மாதிரிதான் இருக்கிறேனாம். எதிலே? உருவத்திலே. ஊரார்

சொல்வது இது. அப்பாவைப் போல் நான் சியாமள வர்ணம் அல்ல. ஆனால் அம்மாவைப் போல் எலுமிச்சம் பழநிறம் என்று சொல்ல முடியாது. அதில் ஒரு மாற்றுக் குறைவுதான்.

எல்லாரும் அவரவர்க்கு அவரவரே ரதி அல்லது மன்மதன். ஆனால் அம்மா மகா அழகி, என் கண்ணாரக்கண்டு இதை நான் சொல்கிறேன். நான் அம்மாவையே உரித்து வைத்திருப்ப தாகப் பார்ப்பவரெல்லாம் சொல்லுகிறார்கள். என்னைப்பற்றி இவ்வளவுதான் நான் சொல்லிக் கொள்ளமுடியும். நான் ரதி அல்ல. ரதியின் மகள்.

[மாற்றம்] இசை

பெரிய அத்தை : ராணி... ராணி... ராணி நீ எந்த உலகத்துலே யிருக்கே...?

ராணி : உம்... என்ன அத்தை கூப்புட்டீங்களா?

சின்ன அத்தை : ரமா, ராணி அதுக்குள்ளேயே கல்யாணக் கனவுல மூழ்கிட்டாள்னு நினைக்கிறேன்!

பெரிய அத்தை : அப்படித்தான் தெரியுது பாமா...

ராணி : போங்க அத்தை... ரெண்டு பேரும் என்னைக் கேலி செய்துக்கிட்டு இருக்கீங்க...

பெரிய அத்தை : இப்படி வந்து உட்காரு- உனக்குத் தலைப்பின்னி அலங்காரம் பண்ணிவிடணும்... மாப்பிள்ளை வீட்டுக்காரால்லாம் வர்றநேரம் பாமா, அந்தத் தேங்காய் எண்ணெய் பாட்டலை எடு...

சின்ன அத்தை : கொண்டு வர்ரேன், ரமா ராணிக்கு தலைமுடி எவ்வளவு அடர்த்தியா... கருகருன்னு நீளமா வளர்ந்திருக்கு பார்த்தியா?

பெரிய அத்தை : ஆமாண்டி பாமா, முடி அழகு முக்கால் அழகுன்னு சொல்லுவாங்க...

ராணி : அத்தை மெதுவாப் பின்னி விடுங்கோ... கழுத்து வலிக்குது...

பெரிய அத்தை : ஜடையில... மல்லிகைப்பூவை வைச்சுவிடு பாமா... அப்படியே... நெத்தியில குங்குமத் தையும் இட்டுவை...

சின்ன அத்தை : ராணி.. இந்தப்பட்டுச் சிற்றாடையை உடுத்திண்டு வா.

ராணி : சரி... உடுத்திண்டு வர்ரேன்.

பெரிய அத்தை : இது என்ன இப்படி உடுத்திண்டு வந்திருக்கிறே...

சின்ன அத்தை : ராணி பாதம் மறைய... பாதம் மறையத்தான் உடுத்தணும்... இப்படி வா... நான் சரி பண்ணி விடறேன்...

ராணி : [கலீர் என சிரிக்கிறாள்] அத்தே தமயந்தியை சுயம்வர மண்டபத்துக்கு அழைத்துச் செல்லு முன் இப்படித்தான் அலங்கரிச்சிருப்பாங் களோ!!

பெரிய அத்தை : என்னடி அம்மா பன்றது? மாப்பிள்ளை ஆத்துக்காராளுக்கு உன்னைப் பிடிக்கணும். நாங்க மடியில நெருப்பைக் கட்டிண்டு நிக்கறோம்.. உனக்கு எல்லாமே விளையாட்டாத் தான் தெரியுது...

சின்ன அத்தை : ராணி, பிள்ளை பார்த்துத் திருப்தியடைய வேண்டும்; பிள்ளை வீட்டார் சம்மதிக்க வேண்டும். அதற்குப் பிறகு தான் நிச்சயதார்த்தம்.

ராணி : அத்தை அப்போ என் சம்மதம் பற்றி யாருமே கவலைப்படலே.. ஏன் நானே கவலைப்படலே!

பெரிய அத்தை : இப்படியெல்லாம் பேசப்படாது... உன் அம்மா உனக்கு ரொம்ப செல்லம் கொடுத்து வளர்த் துட்டாள்...

சின்ன அத்தை : மாப்பிள்ளை, மாப்பிள்ளையோட அப்பா, அம்மா, தங்கை, அத்தை, மாமான்னு... கூடமே நிறைஞ்சிடுத்து.. ராணி.. அம்மா கூப்பிடறச்சே... அவாளுக்கெல்லாம் வந்து நமஸ்காரம் பண்ணனும்...

ராணி : சரி அத்தை... அப்புறம்... அத்தை...

பெரிய அத்தை : என்ன ராணி... ஏன் முகமெல்லாம் ஒரு மாதிரியா... வாடின மாதிரி தெரியுது... பயப்படாம இரு...

சின்ன அத்தை : ராணி... இந்த வருஷம் கண்டிப்பா... உன் விவாகம் நடந்தேறிவிடும்... இந்த வரன் இல்லையானால் வேறு எந்த வரனாவது, வரனா முக்கியம்? விவாகம்தானே முக்கியம்!

பெரிய அத்தை : ஆமா ராணி. உன் விவாகம் முடியற வரைக்கும் உங்க ஆத்துல இருந்துட்டுத்தான் போவோம்...

[கூடத்திலே ஒரு சிறு கூட்டம். பேச்சுக்குரல் கேட்கிறது... என்னன்னவோ பேசுகிறார்கள்]

ராணி : [தனக்குள்] என்ன பேசிக்கிறாங்க? ஒண்ணுமே காதிலே சரியாக விழமாட்டேங்குதே... ரெண்டு அத்தைமார்களும் ஒட்டுக் கேட்கப் போயிட்டாங்களே... என் மனசு சஞ்சலத்துல அடிச்சுக்குது...

யாரு? யாரோ பாடற மாதிரி தெரியுதே... என் அத்தையோட மகள், சிறியவள் பாடுகிறாள்... அந்தப் பாட்டு...

நொண்டிக்கிளி ஒன்று வந்தது - அதை
நோஞ்சல் பூனை ஒன்று கண்டது.
அண்டிப்பிடிக்கத் துணிவின்றி - உயர்
அம்பரம் பார்த்தது நின்றது...

என்ன பாட்டு இது! ஐயோ! என்னபாட்டு! இதைப் பாடுவது ஒரு குழந்தையின் குரலா? இல்லை. என்னை ஆளவந்த அசரீரியின் குரல். அப்படித்தான்... அப்படித்தான்... நான் மறக்க நினைத்த பழைய ஞாபகங்கள்...

அந்த ஞாபகங்கள்... அப்போ... எனக்கு வயசு பதினாறு... அது... அது... ஒரு இனிய காலம்... இனிய கனவு...

[FLASH BACK]

காட்சி – 2

இடம் : வீடு
காலம் : பகல் பொழுது...
பாத்திரங்கள் : ராஜா, சிறுவன் முத்து, சிறுமி விமலா...

சிறுவன் முத்து : *விமலா...*

விமலா : *என்ன அண்ணா...*

சிறுவன் முத்து : *நம்ப வீட்டுக்கு எதிர்த்தாப்பல... ஒரு வாதா மரம் இருக்குது பார்த்தியா... அதிலே நிறைய அணில்கள் ஓடிப்பிடிச்சு விளையாடுது பார்த்தியா? (அணில்கள் கத்தும் ஓசை...)*

விமலா : *அணில்கள் வாதாங்கொட்டையைக் கடிச்சுத் திங்கறதுக்காக.. மாத்துல ஓடிக்கிட்டு இருக்குது..*

சிறுவன் முத்து : *நம்மளும் போய் வாதாங் கொட்டையை கல்லால அடிச்சு கீழே விழவைச்சு... எடுத்து உடைச்சு சாப்பிடுவோமா?*

விமலா : *முத்து அண்ணா... நம்ம ரெண்டு பேரும் அப்பிடி செஞ்சா.. மொத்திடவாங்க அண்ணா..*

சிறுவன் முத்து : *அப்ப ஒண்ணு செய்வோம்... மரத்துக்குக்கீழே விழுந்து கிடக்கிற வாதாங்கொட்டையைப் பொறுக்கி உடைச்சு சாப்பிடுவோம்...*

விமலா : *எனக்கு பயமாயிருக்குது அண்ணா... நம்பளோ புதுசா இந்தத் தெருவுக்குக் குடி வந்திருக் கிறோம்... அந்த வீட்டுல உள்ளவங்க... திட்ட மாட்டாங்களா?*

சிறுவன் முத்து : *விமலா, அந்த வீட்டுத் திண்ணையில ஒரு அக்கா உக்காந்திருக்காங்க... அவங்க நம்ப வீட்டையே தான் வேடிக்கை பார்த்துக்கிட்டு*

இருக்காங்க... அவங்களைப் பார்த்தால் நல்ல வங்களா தெரியுது. அவங்களையேக் கேட்டு எடுத்துக்கலாம்...

விமலா : சரி... வா... போவோம்...

சிறுவன் முத்து } **விமலா** } : அக்கா...

ராணி : யார் நீங்க? என்ன வேணும்?

சிறுவன் முத்து : என் பேரு முத்து. இவள் என் தங்கை விமலா...

ராணி : ஓ! நீங்கதான் புதுசா குடி வந்திருக்கிறவங்களா?

விமலா : ஆமா... அக்கா...

ராணி : சரி... இப்ப என்ன வேணும் உங்களுக்கு?

சிறுவன் முத்து : இந்தக் கீழே விழுந்து கிடக்கற வாதாங் கொட்டை வேணும்...

விமலா : ஆமாக்கா... எடுத்துக்கலாமா?

ராணி : உம்... சரி எடுத்துக்குங்க... அப்புறம் தினம் வருவீங்களா?

சிறுவன் முத்து : நீங்க திட்டாமல் இருந்தா... தினம் வருவேன்...

ராணி : நான் ஏன் திட்டப்போறேன்... உங்களைப் பார்த்தால்... நல்ல பிள்ளைங்களாத் தெரியுது...

விமலா : ரொம்ப நன்றி அக்கா... நாங்க வர்ரோம்...

ராணி : விமலா...

விமலா : என்னக்கா...?

ராணி : உங்க வீட்டுத் திண்ணையிலே ஒருத்தர் உட்கார்ந்திருக்காரே... அவரு... யாரு?

விமலா : அது... வந்து எங்க மாமா அக்கா...

சிறுவன் முத்து : எங்க அம்மாவோட தம்பி.. அவங்க எப்போதும் எங்க கூடதான் இருப்பாங்க...

ராணி : அப்படியா சரி... சரி... உங்கமாமா உங்களையே பார்த்துக்கிட்டு இருக்கார்... கிளம்புங்க...

விமலா : *அக்கா நீங்க கதை புஸ்தகம் எல்லாம் படிப்பீங்களா?*

ராணி : *நாவல்ன்னா எனக்கு ரொம்பப் பிடிக்கும்... ஏன் கேக்கறே?*

சிறுவன் முத்து : *எங்க மாமா நிறைய கதைப்புத்தகம் வைச்சிருக்காரு.. கொண்டு வந்து தரவா அக்கா..?*

ராணி : *உம்... ஊஹீம்... சரி... கொண்டு வாயேன்*

[Music]

முத்து விமலா : *ராணி அக்கா.. நாங்க பள்ளிக்கூடம் போயிட்டு வாரோம்...*

ராணி : *சாயங்காலமா வாங்க... விடுகதை சொல்றேன்...*

[இசை]

ராணி : *[தனக்குள்] தெருவே அமைதியாயிடுத்து... எதிர்வீட்டு வாலிபன் தினமும் திண்ணையிலே உட்கார்ந்து என்னையே 'குர்ர்'ன்னு பாக்குறானே! நான் நிமிர்ந்து பார்த்தால் எதோ ஞாபகம் வந்தவன் போல் மதிப்பாய் கம்பீரமாய் உட்கார்ந்து எதோ படிப்பான். படிக்கவாவது மண்ணாங்கட்டியாவது! படிப்பது போல் பாவனை!*

எனக்கு யாரும் தோழமை கிடையாது.. படிப்பு பாசாங்கெல்லாம் செய்யவில்லை. வெறுமையா உட்கார்ந்திருப்பேன்... அதிலே எனக்குத் துளி அலுப்புத்தட்டவில்லை...

பக்கிரிசாமி : *சின்னம்மா... உங்களை அம்மா கூப்புடறாங்க...*

ராணி : *[திடுக்கிட்டு] அப்புறமா வர்ரேன்னு சொல்லு. பக்கிரிசாமி.*

பக்கிரி : *சரிங்க சின்னம்மா...*

[அவன் போனபிறகு]

ராணி : *[தனக்குள்] என் மனசிலே எண்ணாத எண்ணமெல்லாம் எழுந்தன. என் கற்பனை வானமும் எல்லையற்றது. வாழ்க்கையிலே ஒரு குதூகலம்*

நிறைந்தது. உலகம் ஒரே ஒளியும், வர்ணமும் நாதமுமாய்த் தென்பட்டது... இவையெல்லாம் திடீரென்று என்னிடம் உற்றன.

ஆடவர்களைக் கண்டால் ஓர் ஒய்யாரம் என்னை எப்படியோ வந்து பற்றிக் கொள்ளும்... ஆனால் அவர்களை நான் முகம் கொடுத்துப் பார்க்கமாட்டேன். ஆண் குலத்தையே அலட்சியம் செய்வது போல ஒரு மிடுக்குடன் நடந்து கொள்வேன்! அது ஏன் என்று எனக்குத் தெரியாது.

இதற்கு முன்னால் நான் ஆண்பிள்ளைகளுடன் பழகியது இல்லையா? நிறையப் பழகியிருக் கிறேன்.

ராணி : என் படிப்பு முழுதும் வீட்டிலேதான் நடந்தது. இங்கிலீஷ் வாத்தியார், பாட்டு வாத்தியார், தமிழ் வாத்தியார் ஆக மூன்று பேர் வந்து சொல்லிக் கொடுத்தார்கள். மூன்று பேரும் ஆண் பிள்ளைகள்; இளைஞர்கள். என் பதினைந்தாவது வயதில் இந்த மூன்று படிப்பும் நின்றன. அதுவரை அந்த வாத்தியார்களிடம் சர்வ சரளமாய்ப் பழகியிருக்கிறேன். இப்போது எங்கிருந்து வந்தது இந்த ஒய்யாரம்...?

[Music]

முத்து : அக்கா... ராணி அக்கா...

ராணி : [கனவு கலைந்தவள்போல] என்ன முத்து... எப்ப வந்தே?

முத்து : நான் வந்து ரொம்ப நேரமா நிற்கிறேன் அக்கா... நீங்கதான் எதோ யோசனையிலேயிருந்தீங்க...

ராணி : வழக்கம் போல தெருவை வேடிக்கை பார்த்துக் கிட்டுயிருந்தேன்...

முத்து : அக்கா... இந்த நாவலை மாமா உங்ககிட்டே கொடுத்துட்டு வரச் சொன்னாரு...

ராணி : சரி... நீ கிளம்பு... நாளைக்கு வா... நான் படிச்ச புஸ்தகம் ஒண்ணைத் திருப்பித்தரணும்...

| முத்து | : | சரி அக்கா… வர்றேன்… |
| ராணி | : | [தனக்குள்] ரொம்ப நாளைக்கு அப்புறம் நாவல் பரிமாற்றம் இப்பத்தான் மறுபடியும் தொடர்ந்திருக்கு… அதுக்கும் நான் தான் காரணம். |

ஒரு நாள் அவன் வழக்கம் போல் திண்ணையில் வந்து அமர்ந்தான். நான்தான் அவன் வருவதற்கு முன்பே வந்து உட்கார்ந்துடுவேனே! அதே மாதிரி அவன் எழுந்து போன அப்புறம்தான் போவேன்.

என் நடையை அன்னநடை என்றே எவரும் நினைப்பார்கள். அப்படி நடப்பேன்… தரையில் சிற்றாடை புரள பையப்பைய, நாகரிகமாய் நடப்பேன். ஆனால் அவனுக்கு முன்னால் மட்டும் என்னால் நடக்க முடியவில்லை… அதில் ஒரு பயம்…

ஒருநாள் அவன் என்னைப் பார்த்து சிரித்து விட்டான். அது இன்பமாகத்தான் இருந்தது. ஆனால் என் முகம் மட்டும் கடுப்புடன் 'உர்ர்ர்' என்று திரும்பிக் கொண்டது. அதுக்கு அப்புறம் அவனுக்குத் திண்ணையில உட்கார பயம்… நாவல் வரவும் நின்னு போச்சு…

| ராணி | : | இதோ அத்தையின் சிறு பெண் - இல்லை, என்னை ஆளவந்த அசரீரி - பாட்டின் அடுத்த வரிகளைப் பாடுகிறது… |

பச்சைக்கிளி ஒன்று வந்தது - அதைப்
பஞ்சைப்பூனை ஒன்று கண்டது.
இச்சை இறந்த தவசிபோல் - மனம்
ஏங்கிடக் கண்மூடிக் கொண்டது…

இந்தப் பஞ்சைப் பூனை எங்கே? இவைகளுக்கு மனோ தர்மம் புரியாது… ஆசை புரியாது… ஆதர்சம் புரியாது… இதையெல்லாம் நான் அறியவில்லை… எல்லாமே எனக்கு ஒரு இன்ப விளையாட்டாக இருந்தது… ஆழம் தெரியாமல் சமுத்திரத்தில் காலை விட்டு விட்டேன்… உம்

காட்சி – 3

இடம் : வீடு

காலம் : இரவு நேரம்.

பாத்திரங்கள் : ஆராவமுதன், அம்புஜம்...

அம்புஜம் : என்னங்க... மணி பத்தாகப் போகுது... இன்னும் நம்ப ராணி ரூம்ல லைட்டு எரியுது பார்த்தீங் களா?

ஆராவமுதன் : அம்பு... அதுக்கு என்ன இப்போ?

அம்புஜம் : [கோபத்துடன்] அம்புஜம்னு அழகா ஆசையோட எங்க ஆத்திலே பேரு... வைச்சிருக்கா... அதைப் போய் இப்படி அம்புன்னு கூப்பிட்டு வம்பு பன்றீங்களே...

ஆராவமுதன் : சுருக்கமாக் கூப்பிடறேன். ஆனா உனக்கு சுருக்குன்னு கோபம் வரது... சரி விஷயத்தைச் சொல்லு...

அம்புஜம் : எப்போதுமே நம்ப ராணி ஒன்பது மணிக் கெல்லாம் சாப்பிட்டுப் படுத்துடுவா.. இப்போப் பத்துமணி வரைக்கும் கண்ட நாவல் எல்லாம் படிக்கறா?

ஆராவமுதன் : படிக்கறது நல்லதுதானே அம்பு... அம்புஜம்...

அம்புஜம் : இல்லேங்க... வரவர அவள் போக்கே சரியில்லைங்க... அதுவும் எதிர்த்த வீட்டுக்கு ஒரு குடும்பம் புதுசா குடி வந்திருக்காங்களே... அவங்க வந்தப்புறம் தான் அவளோட நடவடிக்கையே சரியில்லே...

ஆராவமுதன் : நீ என்னடி சொல்றே? எதையுமே தெளிவாச் சொல்லணும்... புரியும் படியா சொல்லணும்...

அம்புஜம் : நீங்கல்லாம் எப்படி வக்கீல் உத்தியோகம் பார்க்கிறேளோ...? எனக்குத் தெரியலே...

ஆராவமுதன் : [கர்வத்துடன்] கச்சேரிக்கு வந்து பாரு... ‘லா பாயிண்ட்ட’ நான் பேச ஆரம்பிச்சா... ஜட்ஜே அசந்துடுவாரு... கேள்வி கேட்டே எதிராளியை நார் நாராக் கிழிச்சிடுவேன்...

அம்புஜம் : சுய புராணம் போதும்... எதுத்த வீட்டுத் திண்ணையிலே ஒரு வாலிபன் உக்காந்துண்டு இருக்கான்... இவள் நம்ப வீட்டுத் திண்ணையில உக்காந்துண்டு, அவாஆத்து. வாண்டுகளோட அரட்டி அடிக்கிறா! அது சரியாப்படலே...

ஆராவமுதன் : அம்புஜம் அவன் வீட்டுத் திண்ணையிலே அந்தப் பையன் உட்கார்ந்திருக்கிறான்... ராணி நம்பாத்துத் திண்ணையிலே உட்கார்ந்திருக் கிறாள்... இதுல என்ன பிரச்னை வரப் போறது...?

அம்புஜம் : ஈஸ்வரா! (ரகசியக்குரலில்) அந்தப் பையன் நம்ப பொண்ணுக்குப் படிக்கக் கதை புஸ்தகம் கொடுக்கறான்... இவளும் பதிலுக்கு கதை புஸ்தகம் கொடுக்கறா?

ஆராவமுதன் : கதை புஸ்தகம் கொடுக்கறது தப்பா? ரெண்டு பேருக்கும் பொழுது போகணும்லே... அவனும் எதுவும் வேலை வெட்டிக்குப் போற மாதிரி தெரியலே...

அப்படியே இது தப்புன்னு உனக்குத் தோணிச்சு துன்னா... நீ முதல்லயே என்னண்ட சொல்லி யிருக்கணும்..

அம்புஜம் : இப்பத்தாங்க... ஒரு ரெண்டு நாளா... இந்தப் புத்தகம் கொடுக்கறது... வாங்கறதெல்லாம் நடக்குது. எல்லாம் இந்த வாதா மரத்தாலே வர்ற வினை...!

ஆராவமுதன் : வாதாமரம் என்ன செஞ்சது?... அதுமேலே கோபப்படறே!

அம்புஜம் : வாதாமரம் இருக்கறதனாலதானே... அந்தப் பிள்ளைங்க ரெண்டும் வாதாங்கொட்டை

பொறுக்க வருது. அதுகளோட நம்ம பொண்ணு பேசிப்பழகி... பேசாம அந்த வாதாமரத்தை வெட்டிடலாங்க!!

ஆராவமுதன் : [வாய்விட்டுச் சிரிக்கிறார்] அசடு! அசடு!... தேவையில்லாமல் பயப்படறே... நம்ம பொண்ணு நல்ல பொண்ணு. நம்பு. நம்பணும்...

அதைவிட்டுட்டு வாதாமரத்தை வெட்டணுங் கறியே... அந்த வாதாமரம் சாதாமரம் இல்லே! ஐம்பது வருஷத்து மரம்...' இன்னும் பேசிண்டு இருந்தால் எப்படி? மணி பதினொன்று ஆகப் போகுது... போய்ப்படுத்துத் தூங்கற வழியைப் பாரு...

காட்சி – 4

இடம்	:	வீடு
காலம்	:	பகல் பொழுது...
பாத்திரங்கள்	:	ராணி, முத்து...

ராணி : [தனக்குள்] நான்... ஒருநாள் அவனைக் குரங்குன்னு திட்டிட்டேன். சும்மா... ஒரு விளையாட்டுக்குத் திட்டினேன்... ரொம்பக் கோபமாயிருப்பான் போலத் தெரியுது... உம்... அவன் கோபத்தை மாத்தணும் என்ன செய்யலாம்...

உம்... அதுதான்சரி... இந்தப்புத்தகத்துல... ஒரு ஓரத்துல "என் ராஜா"ன்னு எழுதிக் கொடுத்து விடுவோம்...

பென்சிலை எங்கே? அதோ... இருக்கு...

"என்..."

ஐய்யய்யோ என் இதயம் திக்குத்திக்குன்னு அடிச்சுக்குதே... யாரோ என்னைப் பார்த்த மாதிரி தெரியுது... (புத்தகத்தை 'பட்'டென்று மூடுதல்) யாரு... யாரு... நல்ல வேளை யாருமே இல்லை... வெறும் பிரமை... இப்ப "ராஜா"வை எழுதிடலாம்... அப்பாடா...

[Music...]

முத்து : அக்கா தேடுனீங்களா அக்கா... விமலா சொன்னாள்...

ராணி : அ... இல்லை முத்து... இந்தப் புத்தகத்தைத் திருப்பிக் கொடுக்கத்தான் தேடினேன்...

முத்து : [ஆச்சர்யத்துடன்] அக்கா... உங்கமுகமெல்லாம் ஏன்க்கா... இப்படி வேர்த்துக் கொட்டுது...

ராணி : அப்படியெல்லாம் ஒண்ணும் வேர்க்கலை... நீ முதல்ல இந்தப் புத்தகத்தை மாமா கையில கொண்டு போய்க் கொடு...

முத்து : சரி... அக்கா... கொடுத்துடறேன்

இசை [Music...]

[மறுநாள் காலை... நேரம்]

[பின்னணி இசை]

முத்து : அக்கா...

ராணி : புத்தகத்தைக் கொடுத்தியா?

முத்து : கொடுத்திட்டேன். மாமா இந்தப் புத்தகத்தை உங்ககிட்டே கொடுக்கச் சொன்னாங்க...

ராணி : ஆமா... உங்க மாமா ஏன் இன்னிக்குத் திண்ணையில உட்கார வரலே...?

முத்து : தெரியலே அக்கா.. இந்தாங்க புத்தகம். எனக்குப் பள்ளிக் கூடத்துக்கு நேரமாகுது.. நான் வர்ரேன் அக்கா...

[பின்னணி இசை]

ராணி : மெதுவா.. நம்ம ரூமுக்குப் போய்ப்படிப்போம்... கதவைத் தாழ்ப்பாள் போடுவோம்.. அப்பத்தான் பயப்படாம நிம்மதியாப் படிக்க முடியும்...!

ஒவ்வொரு பக்கமாப் புரட்டுவோம்... இதோ... இந்தப் பக்கத்துல ஒரு கோடியில... என் ராணி" என்ற இரண்டு சொற்கள்..! ஆகா.. நான் எழுதியனுப்பியதற்குப் பதில்!...

அந்தப் புத்தகத்தை என் கண்களில் ஒற்றிக் கொண்டேன்; முத்தமிட்டேன்...

இதோ என் முன்னாலே இருக்கிற நிலைக் கண்ணாடியில என்னையே நான் பார்க்கிறேன்...

"கருப்பூரம் நாறுமோ? கமலப்பூ நாறுமோ? திருப்பவளச் செவ்வாய்தான் தித்திருக்குமோ?... சொல்லாழி வெண்சங்கே!" [வாய்விட்டுப் பாடுதல்]

"ராணி" நீ அதிர்ஷ்டக்காரி தாண்டி... அடேயப்பா. முகத்துல பாரு சந்தோஷம் துள்ளிக்குதிக்குது... ஆஹா... நான் எதோ மதுவெறியில் இருப்பது போல், சிறிது நேரம் தலைகால் புரியாமல் நடந்து கொண்டேன்...

[கதவு தட்டப்படும் ஓசை]

[பதற்றத்துடன்] அம்மாதான் தேடுவாள்... புத்தகத்தை ஒளிச்சு வச்சுட்டு கதவைத் திறக்கலாம்!

(பின்னணி இசையில் மாற்றம்)

இடம் : வீட்டுத்திண்ணை
காலம் : காலை நேரம்
பாத்திரங்கள் : ராணி, எதிர்வீட்டு வாலிபன் ராஜா...

ராணி : *இதோ... ராஜா.. எங்க வீட்டுத்திண்ணைப் பக்கமா நடந்து வர்ரான்... இன்னிக்கு ஒரு வேலை செய்யணும். இதோ என் கை நிறைய சின்னச்சின்ன கூழாங்கற்கள்... இதை... ஒண்ணு ஒண்ணா அவன் மேல வீசி ஏறிவோம்...*

[கல் எறிதல்...]

ராஜா : *என்னது இது? நம்ம முதுகிலே... கல்வந்து விழுது...*

ராணி : *[வேடிக்கை காட்டி சிரித்தல்]*

ராஜா : *ஓ! இவள் தான் எறிகிறாளா?*

"ஈசனே கல்லால் எறியுண்டான். அதற்கு முன்னே இது எம் மாத்திரம்!"

ராணி : *அட! கோபமேப்படாமல் ஒவ்வொரு கல்லா எடுத்து ஜேபியிலே போட்டுக் கொண்டு போறானே?...*

[பின்னணி இசையில் மாற்றம்]

ராணி : *இன்னும் என்னன்னென்னவோயெல்லாம் நடந்தது... அதையெல்லாம் வர்ணிச்சு சொல்ல முடியாது... அதற்கு அப்புறம்... எங்களிடையே சிறு துண்டுக் கடிதப் போக்குவரத்து ஏற்பட்டது-முட்டாள்! நான் ஒரு முட்டாள்...*

நேருக்கு நேர் சந்திக்கத் தொடங்கிவிட்டோம்... அதற்குப் பிறகு... அதற்குப் பிறகு தான் அந்த விபரீதம் நடந்தது...

அது எப்படி நிகழ்ந்ததுன்னு என்னால இப்ப நினைச்சுப்பார்க்க முடியலே!

அந்தப்பாவி நள்ளிரவு நேரத்திலே கரியினும் தடித்த இருளில், என்னைக் கட்டியணைத்துக் கொண்டான்! இல்லாத பிரமாணம் எல்லாம் செய்து கொடுத்தான்... அதற்கு எங்கள் வீட்டு முன்னாலே உள்ள வாதா மரமே சாட்சி. அதன் பரந்த கிளைகளுக்குக் கீழே தான் சந்தித்தோம்...

[பின்னணி இசையில் மாற்றம்]

ராஜா : வழக்கம்போல திண்ணையிலே உட்கார்ந்தேன்... என்றுமில்லாதபடி, முதன் முதலாக வாதாமரத்தை கூர்ந்து பார்த்தேன்...

"தாயே நீதான் என்னைக் காப்பாற்றவேண்டும்!" வாதாமரத்தைக் கெஞ்சுவது போல் பார்த்தேன்... அது என்னைப் புரிந்து கொண்டது போல் உணர்ந்தேன்.

அப்போதுதான் அதன் இலைகளிலே உறங்கிய பனித்துளிகள் பொலபொலவென்று உதிர்ந்தன...

"ஐயோ... மகளே!" என்று கண்ணீர் விடுகிறதோ?

என் உள்ளத்தில் புதிய பரவசம்... ஒரு புதிய வேகம்... நானும் அவனும் ஒன்று என்று நினைக்கத் தொடங்கினேன்... ஆனாலும் இந்த சந்திப்புக்குப் பிறகு வேறே சந்திப்புகள் நிகழவில்லை...

நாட்கள் கழிந்தன...

பகலிலே அவனைக் கண்டால் எனக்கு ஒரு வெட்கம் உண்டாயிற்று. தலைகுனிந்து எழுந்து மரியாதை செய்வேன்!

ராஜா : "இது என்ன விநோதம்!"
ராணி : இது விநோதம் தான்... மாயா விநோதம் தான்!

காட்சி – 5

இடம் : வீடு
காலம் : மாலை நேரம்
பாத்திரங்கள் : ஆராவமுதன், ராஜா, ராணி, அம்மா...

அம்புஜம் : *ஏங்க... வாசல்ல யாரு வர்றா... பார்த்தீங்களா?*

ஆராவமுதன் : *அம்புஜம்... பார்த்தியா... இந்த சாயங்கால வேளையில கூட... என்னைத் தேடி கட்சிக் காரங்க... வர்றாங்க... பார்த்தியா!*

அம்புஜம் : *ஈஸ்வரா... கட்சிக்காரரா இல்லே... (குரலைத் தணித்து) எதுத்த வீட்டு அம்பி... தான்... நான் சொல்லலே...*

ஆராவமுதன் : *பேஷ்... அந்தத்தம்பியா?... வரட்டும்... வரட்டும்...*

அம்புஜம் : *சார்... உள்ளே வரலாமா?*

ஆராவமுதன் : *வாசல் வரை வந்துட்டேள்... உள்ளே வர்றதுக்கு என்ன? வாங்கோ?*

ராஜா : *நமஸ்காரம்...*

அம்புஜம் : *வாங்கோ...*

ஆராவமுதன் : *அம்புஜம்... காஃபி போட்டு எடுத்துண்டு வா...*

ராஜா : *காபி எல்லாம் வேண்டாம்... இப்பத்தான் காபி சாப்பிட்டுட்டு வாரேன்...*

ஆராவமுதன் : *அது எப்படி முதன் முதலா வர்றீங்க... அம்புஜம் நீ காபி கொண்டு வா...*

[Music]

ராணி : *அம்மா... யாருக்கு காபி எடுத்துட்டுப் போறே?*

அம்புஜம் : *அதான்... அந்த எதிர்த்த வீட்டுக் காரப் பையன் உங்க அப்பாவைப் பார்க்க வந்திருக்கிறான்...*

ராணி : (பரபரப்புடன்) ராஜா வா...? என் ராஜா வா?...

[Music...]

அம்புஜம் : பார்த்துப் போடி... ஏன் இப்படி ஓடறே... தடுமாறி விழுந் துடப்போறே... ஈஸ்வரா...

[Music]

ராஜா : ராணி உள்ளேயிருந்து வேகமா ஓடி வர்றாளே... இது என்ன... இப்படி...

ஆராவமுதன் : ராஜா... என்ன திடீர்னு கிலி அடிச்ச மாதிரி உட்கார்ந்துட்டேள்...

ராஜா : இல்லே... ராணி... நடக்கும்போது நான் பார்த்த தேயில்லே... இப்படி விந்தி விந்தி நடக்கறாங் களே...?

ஆராவமுதன் : [தயக்கத்துடன்] அதுவா? அதை நான் எப்படிச் சொல்வேன்? அவள் குழந்தைப் பருவத்திலே... தெய்வம்- குருட்டு தெய்வம்- அதை உங்களிடம் சொல்லவே கூச்சமாயிருக்கிறது...

இளம் பிள்ளை வாதம்- காலிலே- கணுக்காலிலே- சிறிது கோணல்... ஆனால் வெளியே தெரியாது... என் வீட்டாரையன்றி வேறு யாருக்கும் தெரியாது!

ராஜா : அப்படியா... அடப்பாவமே... அழகான பொண்ணுக்கு இப்படி ஒரு அவலமா...? பார்க்கறதுக்கேப் பாவமாயிருக்கு...

ஆராவமுதன் : தம்பி... உட்காருங்கோ... காபி வருது...

ராஜா : இன்னொரு நாள் வர்ரேன்... எனக்கு அவசர வேலையிருக்குது...

[Music]

அம்புஜம் : எங்கே அந்தப் பையன்?

ராணி : [அழுது புலம்பிப் பேசுதல்] ஐயோ! இறைவன் படைத்த படைப்பிலே துளி கோணல் கூடாதா? அது என் குற்றமா? நான் என்ன நாட்டியமா

ஆடப் போகிறேன்? சாமுத்திரிகா லட்சணத்தைக் கரை கண்ட சித்திரக்காரனோ... அவன்? சீ! மனித உள்ளத்தின் பெருமையை அறியாத, மதியாத மூடன் அவன்! போயிட்டான் அம்மா... போயிட்டான்.

வேடனைக்கண்டு பயந்து ஓடும் விலங்கைப் போல் அவன் போயிட்டான்!

இது என்ன போற போக்கல எதையோ காகித நறுக்குல எழுதி போட்டுட்டுப் போயிருக்கானே... அது...

[Music]

"நொண்டி பெற்ற சொல் செல்லாது!"

ஏன் செல்லாது? அடப்பாவி! ஏன் செல்லாது? உன் சொல்லைத் துஷ்யந்தன் கொடுத்த கணையாழி என்றல்லவா... நான் மதித்தேன்... பேதை... பேதை... நான் ஒரு பேதை!

[FLASH BACK நிறைவு]

காட்சி – 6

இடம் : ஆராவமுதன் வீடு

காலம் : காலை நேரம்

பாத்திரங்கள் : ராணி, ஆராவமுதன், அம்புஜம், பெரிய அத்தை, சின்ன அத்தை, பிள்ளை வீட்டார் கூட்டம்... அத்தையின் சிறுபெண்:

ராணி : *[தனக்குள்] காதல்! மண்ணாங்கட்டி! அதெல்லாம் வெறும் புரளி. உண்மையில் மனிதனின் கற்பனையில் தோன்றிய உருவெளிகள் தாமே காதல், கற்பு, ஏகபத்தினி விரதன் என்பவையெல்லாம்?*

அவை வெறும் மனமயக்கம்; கள் வெறி போன்ற மனமயக்கம். துளித்துளியாய் இந்தச் சம்பவத்தை யெல்லாம் நான் மறக்க முயன்றேன்; ஓரளவு மறந்தே போனேன். அலைகடல் துரும்பானேன். விதிச்சூழல் இழுத்த இழுப்பிலே செல்ல மனம் பண்பட்டேன்...

[இசை... இசை]

இதோ... இப்பொழுது எனக்கு நிச்சயதார்த்த ஏற்பாடு நடக்கிறது... பிள்ளையும் பிள்ளை வீட்டாரும் வந்திருக்கிறார்கள். கூடத்திலே பேச்சுவார்த்தை நடக்கிறது... இந்த சுயம் வர மண்டபத்துக்குச் செல்வதற்காக எனக்கு அலங்காரம் நடக்கிறது...

அத்தையின் சிறு பெண் - என்னை ஆளவந்த அசரீரி - மறுபடியும் பாடுகிறது.

[இசை] [குழந்தை பாடுகிறாள்]

சிறுமிபாடுதல் : *கொண்டைக்கிளி ஒன்று வந்தது - அதைக்*
கோயில் பூனை ஒன்று கண்டது!

மண்டிடும் ஆசையோடம்புபோல் - பாய
மாயக்கிளி அங்குச் செத்தது.

ராணி : சாவதா? இந்தக்கிளி சாகாது. அது செத்தது; இது சாகாது... அந்தப் பஞ்சப்பூனைக்குப் பின்னே இந்தக் "கோயில் பூனை" வந்திருக்கிறது. பணக்கார வரனாம்! பெரிய இடமாம்! இது எந்த முடிவுக்கோ? வேண்டாம்.

இனி ஒருவனைத் தொட்டு நான் மாலையிட மாட்டேன். என் உடம்பெல்லாம் ஒரு வேதனை எடுத்தது. மனத்திலே ஒரு வெறி பிடித்தது...

[பின்னணி இசை]

பெரிய அத்தை : பாமா... ராணியைப் பிடிடி... அவள் எதோ வெறி பிடித்தவள் போல கூடத்துக்கு ஓடுறாளே...

சின்ன அத்தை : என்னது இது: இப்படி நகையெல்லாம் கழற்றிப் போட்டு ஓடுறாளே...

ராணி : அப்பா... அப்பா...

அம்புஜம் : ஏய் ராணி... இப்படியெல்லாம் ஓடிவரப் படாது. மணப்பெண்ணா... லட்சணமா அடக்க ஒடுக்கமா இருக்கணும்...

ராணி : அப்பா நான் எவனுக்கும் மாலையிடமாட்டேன்... கண்டிப்பாய் மாட்டேன். இது சத்தியம்!"

அத்தைமார்கள் : ஐய்யய்யோ... மூர்ச்சையாகி விழுந்துட்டாளே...

அம்புஜம் : ஈஸ்வரா... அவளைப் பிடியுங்கோ...

[கூச்சல் குழப்பம்]

ஆராவமுதன் : ராணி... கொஞ்சம் தண்ணீர் குடிச்சுக்கோ... எல்லாரும் தள்ளிப் போங்கோ... காத்து வரட்டும்...

என்ன, கண்ணகிபோல ஆடி விட்டாயே! அவர்களெல்லாம் பயந்து போனார்கள்.

இப்படிச் செய்யலாமா? உன் மனசிலே என்ன குறை?

ராணி : அப்பா… இது நொண்டிக்கிளி. சாகாத நித்திய கன்னிகையாய் இருக்க விரும்புகிறது.

அம்புஜம் : ஏங்க… இப்படிப் பைத்தியம் பிடிச்சமாதிரி ஏதோ பேசறா…

ஆராவமுதன் : யாரும் குழந்தையைத் தொல்லை செய்யாதீர்கள்… அவள் மனசு இன்னமும் குழம்பியிருக்கிறது. அது தெளிவடையட்டும்.

[குரல் தழுதழுக்க] "என் ராணி! நீ தூங்கு. உன் இஷ்டப்படி செய்யலாம்.

ராணி : அப்பா… நீங்க துக்கப்படாதீங்கோ… என்னால அதைத் தாங்க முடியாது…

❖❖❖